அணிலாடும் முன்றில்!

நா.முத்துக்குமார்

விகடன்
பிரசுரம்

Title :
ANILAADUM MUNDRIL
© N. MUTHUKUMAR
ISBN : 978-81-8476-371-3

விகடன் பிரசுரம்: **606**

நூல் தலைப்பு:
அணிலாடும் முன்றில்!

நூல் ஆசிரியர்:
© நா.முத்துக்குமார்

ஓவியங்கள்:
அனந்த பத்மநாபன்

அட்டை, புகைப்படங்கள்:
கே.ராஜசேகரன்

முதற்பதிப்பு : **அக்டோபர், 2011**

இருபத்து ஐந்தாம் பதிப்பு : **டிசம்பர், 2025**

விலை : **₹ 200**

பதிப்பாளர்:
பா.சீனிவாசன்

துறைத் தலைவர்:
எம்.அப்பாஸ் அலி

முதன்மைப் பொறுப்பாசிரியர்:
அ.அன்பழகன்

தலைமை உதவி ஆசிரியர்:
ப.சுப்ரமணி

தலைமை வடிவமைப்பு:
மா.முகமது இம்ரான்

இந்தப் புத்தகத்தின் எந்த ஒரு பகுதியையும் பதிப்பாளரின் எழுத்துபூர்வமான முன் அனுமதி பெறாமல் மறுபிரசுரம் செய்வதோ, அச்சு மற்றும் மின்னணு ஊடகங்களில் மறுபதிப்பு செய்வதோ காப்புரிமைச் சட்டப்படி தடை செய்யப்பட்டதாகும். புத்தக விமரிசனத்துக்கு மட்டும் இந்தப் புத்தகத்திலிருந்து மேற்கோள் காட்ட அனுமதிக்கப்படுகிறது.

விகடன் பிரசுரம்
757, அண்ணா சாலை, சென்னை-600 002.

மொபைல்: 80560 46940 / 95000 68144
Website: https://books.vikatan.com
e-mail: books@vikatan.com

ஆசிரியர் உரை

நேசமான எழுத்தாளராகவும், நயமான கவிஞராகவும், தமிழ் இலக்கிய உலகிலும் திரைத் துறையிலும் தனக்கெனத் தனி முத்திரை பதித்தவர் கவிஞர் நா.முத்துக்குமார்.

கூட்டுக் குடும்பங்கள் முற்றிலுமாக சிதைந்துவரும் இன்றைய காலகட்டத்தில், குடும்ப உறவுகளின் உன்னதமான பண்புகளை இந்த நூலில் வடித்திருக்கிறார் கவிஞர்.

கூட்டுக் குடும்பத்தில் இருக்கும் ஆனந்தம் எல்லை இல்லாதது. பொருளாதாரப் புயலில் சிக்கிச் சிதைந்த குடும்பங்கள், தனித்தனிக் குடும்பங்கள் ஆன பிறகு, மீண்டும் தங்கள் பழைய உறவுகளை நினைத்து ஏங்கித் தவிப்பதைப் பார்த்துக்கொண்டுதான் இருக்கிறோம்.

இப்படி, அம்மா, அப்பா, அண்ணன், தம்பி, அக்கா, தங்கை, தாய்மாமன், அத்தை, சித்தி, சித்தப்பா... என உறவு விழுதுகளைத் தாங்கி நிற்கும் ஒரே ஆணிவேர் - அன்பு! இதன் அடிப்படையில், குடும்ப உறவுகளிடையே நிகழ்ந்த வாழ்வியல் உணர்வுகளை, நவீனத் தமிழ் நடையில் அனுபவக் கட்டுரைகளாகச் செதுக்கி இருக்கிறார்.

ஆனந்த விகடன் இதழ்களில் 'அணிலாடும் முன்றில்!' தொடராக வந்தபோது, மனம் நெகிழப் படித்த வாசகர்கள் பலர், தங்கள் உறவுகளைத் தேடிச் சென்ற அனுபவங்களை கடிதங்கள் மூலமாகவும், தொலைபேசி மூலமாகவும் ஆனந்தக் கண்ணீர்விட்டுப் பதிவுசெய்திருக்கிறார்கள்.

தமிழ் இலக்கிய உலகில் குடும்ப உறவுகளைப்பற்றிய முழுமையான ஆவணமாக வெளிவந்திருக்கும் இந்த நூல், தமிழ் மக்களிடையே அமோக ஆதரவைப் பெறுவது உறுதி!

– ஆசிரியர்

அணிந்துரை

திருநெல்வேலி

23.2.2011

அன்புமிக்க முத்துக்குமார்,

வணக்கம்.

எங்கள் வீட்டில் இரண்டு ஆள் உட்கார்கிற மாதிரி ஒரு சிறு கல் பெஞ்சு உண்டு. கன்னங் கரேர் என்று வழவழப்பாக இருக்கும். சில சாதாரண எளிய முகங்களை, ஒரே ஒரு ஒற்றைக் கல் மூக்குத்தி எங்கேயோ தூக்கி தொடமுடியாத வசீகரத்தில் வைத்துவிடுவது போல, இந்தச் சின்ன வீட்டிற்கு அது, அழகான திறப்பு. சரி. கொஞ்சம் உட்கார்ந்துவிட்டுத்தான் போயேன் இப்போது என்ன அவசரம் என்று செருப்பைக் கழற்றிப் போடும்போதே நம்மிடம் சொல்லும்.

இந்த ஆறேழு வருடங்களில், எத்தனை தடவை வெட்டிவிட்டாலும் பூப்பது மட்டுமே வாழ்வென, தொடர்ந்து நந்தியாவட்டை அந்தக் கல் பெஞ்சில் உதிர்க்கிற நட்சத்திரப் பூக்கள், வெயிலிலும் நிலவிலும் ஒரு வெண்ணிற வரியைக் கலைத்துப் போட்டு காற்றை காற்றின் வரியாக அதைத் திருப்பி எழுதச் சொல்லும். இரண்டு வாரங்களாக அந்தக் கல் பெஞ்சின் மேல் உங்கள் அணில் ஆடுகிறது.

வெள்ளிக் கிழமை காலை வாசல் தெளித்த கையோடு எடுத்து வைத்த விகடன், நான் நடந்துவிட்டு வரும்போது, முன்கால்கள் உயர்த்தி வாலடித்து, அணிலை விட அழகான அணிலாக வரவேற்கிறது. நான் ஒரு வாதாங் கொட்டையாகப் பிறக்காமல் போனதற்கு இது போன்ற நேரங்களில் வருந்தாமல் தீராது.

உங்களுக்குக் கவிதையை விட உரை நடையும்,, உரை நடையை விடக் கவிதையும் நன்றாக வரும் என்று எங்களுக்குத் தெரியும். இரண்டு வாரங்களாக சங்கரியம்மாவுக்குத் தெரிகிறது. என் அண்ணன் மகள் கீதாவுக்குத் தெரிகிறது.

'தாத்தா, எனக்கு நா.முத்துக்குமார் மெய்ல் ஐடி இருந்தால் கொடுங்க' என்று கல்யாணி ஜனனிப் பேத்தி கேட்கிறாள். கொடுத்துவிட்டேன். ஏற்கனவே பிரியத்திற்குரிய இந்த கல்யாணித் தாத்தா இன்று முன்னிரவில் மேலும் கொண்டாட்டத்திற்கு உரியவனாகி விட்டார். எல்லாம் உங்கள் புண்ணியம். ரொம்ப நிறைவாக இருக்கிறது முத்துக்குமார். உறவுகளைப் பேணத் தெரியாத, உறவுகள் தொலைந்து போன இந்த நாட்களில், அம்மா பற்றியும் அப்பா பற்றியும் அதனூடாக ஒரு மகனைப் பற்றியும் பேரனைப் பற்றியும் சொல்லத் துவங்கியிருப்பது அருமையான விஷயம்.

அநேகமாக எல்லோருடைய வாழ்வையுமே இப்படி வாசிக்கத் திறந்து வைக்கையில், அது ஏற்கனவே சொல்லப்பட்ட புனைவுகளை விடவும் அசலான மனிதர்களையும் அசலான வாழ்வையும் நமக்குப் படிக்கக் கொடுக்கும் என்றே தோன்றுகிறது. இருக்கலாம், துக்கத்தின், வாதையின் ஆனந்தத்தின் கொண்டாட்டத்தின் சதவிகிதங்கள், அடர்த்தி நீர்ப்புகள் எல்லாம் வேறுபடலாம்.

நீங்கள் ஆதியிலிருந்தே எல்லோருடனும் இணங்கியிருப்பவர். இது வரை உடனிருந்த, உடன் வாழ்ந்த, எதிர்வந்த, எதிர்கொண்ட அத்தனை மனிதர்களின் சொற்களில் இருந்து

உங்கள் சொற்களின் தானியம் விளைந்திருப்பதை ஒரு பறவையைப் போல நீங்கள் உணர்ந்திருக்கிறீர்கள். நீங்கள் பறக்கிறீர்கள், கூட்டமாக வலசை போவது போல, தனித்துத் தரையிறங்கி கழுத்து மினுங்க நடக்கும்போதும் அழகாக இருக்கிறீர்கள்.

வெயில் காத்திருந்து, உங்கள் உதிர் இறகைப் பொறுக்கப்போகும் கடைசி நொடியில், அதை ஒரு பள்ளிக் கூட சிறுமிக்குச் சந்தோஷமாக விட்டுக் கொடுக்கிறது. கொடுத்த பின், வெயில் உங்களைப் போலவே பறந்து செல்வதை, தூரத்துக் கிளையிலிருந்து நீங்கள் பார்த்துக் கொண்டிருக்கிறீர்கள்.

இது உங்களின் படைப்பூக்கம் நிறைந்த நல்ல பருவம். நிறைய எழுதுங்கள். வாழ்வைச் சொல்லித் தீர்க்கவே வாழ்க்கை போதாது. சொல்லிச் செல்லுங்கள். எங்கெங்கேயோ, இப்படிச் சில கல் பெஞ்சுகள் உங்கள் அணில் விளையாடக் காத்திருக்கின்றன.

அன்புடன்,

கல்யாணி. சி.

(வண்ணதாசன்)

அணிலுரை

சில மாதங்களுக்கு முன்பு ‘கணையாழி’ இலக்கிய இதழில் நான் எழுதிய கவிதை இது;

பால்யத்திற்குத் திரும்புதல்

நினைவுகளின் வழியாகக் கூட
நீ உன் பால்யத்திற்குத்
திரும்பிச் செல்லாதே.

கிணற்றில் முங்கி எழுவதைப் போல
சுலபமில்லை அது.

தெருமுனைத் தேநீர்க் கடைக்கு
சென்று திரும்புவதைப் போல
இயல்பானதுமில்லை.

வயதென்னும் ரயில் வண்டி
முன்னேற முன்னேற
பின்னோக்கி நகரும் மரங்களின்
மாயத்தோற்றத்தில் மயங்கி
நீ உன் பால்யத்துக்குள்
நுழையத் துடிக்கிறாய்.

தெரிந்த துரோகத்தை;
தெரியாத காதலை;
முறிந்த உறவை;
முறியாத முட்காடுகளை;
மீண்டும் சென்று தொடுவதில்
என்ன கிடைத்துவிடப் போகிறது உனக்கு?

ஒரு வலியைத்
திரும்பத்திரும்பத் தொடும் வலியில்
அப்படி என்ன சுகம்?

உன் துருப்பிடித்த சைக்கிளின்
செம்மண் தடங்களை
தார்ச்சாலைகள் மூடிவிட்டன.

நீ நடந்து சென்ற
மார்கழியின் வீதிகளும்
மாக்கோலமும்
காலப் புழுதியில்
கலைந்துவிட்டன.

உன் நூலில் பறந்த
பொன்வண்டுகள்
பெயர் தெரியா காட்டுக்குள்
தொலைந்துபோன முற்பகலும்
தூக்கம் இல்லா பின்னிரவும்
மறந்ததா மடநெஞ்சம்?

என் ப்ரிய நண்பா...
பிணத்தை எரித்துவிட்டு
சுடுகாட்டிலிருந்து
கிளம்புபவர்களிடம்
சொல்வதைப் போல சொல்கிறேன்;
'திரும்பிப் பார்க்காமல்
முன்னே நடந்து போ!'

* * *

இந்தக் கவிதைக்கு முரணாக, நான் இந்தக் கட்டுரைகளில் என் பால்யத்தைத் திரும்பிப் பார்த்திருக்கிறேன்.

எத்தனை முறை சொன்னாலும், ஏதோ ஒரு கணத்தில், எங்கோ ஒரு திருப்பத்தில் நம் கண்கள் நம்மை அறியாமல் வந்த வழியை திரும்பிப் பார்ப்பதில்லையா? அந்தக் கணத்தின், அந்தத் திருப்பத்தின் அனுபவங்கள்தான் இந்தத் தொகுப்பு.

இத்தொகுப்பில் அநேக கட்டுரைகளில் பால்யத்தின் கண்கள் வழியாக உறவுகளை அணுகி இருக்கிறேன். வயதும், அனுபவமும் இன்னும் கொஞ்சம் நிறைகளோடும்; இதயம் மறக்க நினைக்கும் குறைகளோடும்; இன்றைக்கு இதே உறவுகளை வேறு பார்வையில் திருப்பிக் காட்டுகின்றன. ஒவ்வொரு வயதிலும் வெவ்வேறு தோற்றம் காட்டும் கண்ணாடிதானோ வாழ்க்கை!

'அணிலாடும் முன்றில்' விகடனில் தொடராக வெளிவந்த காலகட்டத்தில், ஒவ்வொரு வாரமும் தங்கள் உறவுகளின் கதைகளைச் சொல்லி கண்ணீர் விட்ட வாசக உள்ளங்களுக்கும், அன்பில் தோய்த்து கடிதம் எழுதிய வண்ணதாசனுக்கும், என்னை விடவும் என்னை அதிகமாக நேசிக்கும் 'ஆனந்த விகடன்' ஆசிரியர் ரா.கண்ணன் அவர்களுக்கும், ஒவ்வொரு வாரமும் என்னால் கடைசி நேரப் பரபரப்புக்குப் பழகிப்போன ஆசிரியர் குழுவுக்கும், வாழ்வின் கோடுகளில் ஓவியம் வரைந்த அனந்த பத்மநாபனுக்கும், இத்தொடர் எழுதிய காலத்தில் உடனிருந்து உற்சாகப்படுத்திய நண்பர் லலிதானந்திற்கும் அன்பைத் தவிர என்னால் என்ன தந்துவிட முடியும்?

அள்ளித்தர அன்புடன்,
நா.முத்துக்குமார்

இந்த நூல்...

என்னை உலகிற்கு அறிமுகப்படுத்திய
அப்பா நாகராஜனுக்கும்,

நான் உலகிற்கு அறிமுகப்படுத்திய
மகன் ஆதவன் நாகராஜனுக்கும்...

உள்ளே...

1. அம்மா 16
2. அப்பா 23
3. அக்கா 30
4. தம்பி 36
5. ஆயா 42
6. தாய்மாமன் 49
7. அத்தை 56
8. தாத்தா 62
9. சித்தி 69
10. அண்ணன் 76
11. தங்கை 82
12. பங்காளிகள் 90
13. பெரியம்மா 97
14. மாமன்கள் 103
15. முறைப் பெண்கள் 109
16. சித்தப்பா 115
17. அண்ணி 121
18. மைத்துனன் 126
19. மனைவி 132
20. மகன் 138

1

அம்மா

'அம்மா என்றால் ஓர் அம்மாதான். உன் அம்மா, என் அம்மா, என தனித் தனி அம்மாக்கள் கிடையாது. ஒரே அம்மா!'

– லா.ச.ரா.

('சிந்தா நதி'யில் இருந்து...)

அம்மா நேற்று மீண்டும் கனவில் வந்தாள். பனி மூட்டத்தை ஊடறுத்துப் பாயும் மஞ்சள் வெயில்போல முகம் எங்கும் ஒளி கூடி இருந்தாள். கனவில் அவள் நின்ற இடம், நாங்கள் முன்பு வசித்த கிராமத்துச் சிறு வீடு. அவள் முன்பு நான் சிறுவனாக நின்று இருந்தேனா? வயதாகி இருந்தேனா? தெரியவில்லை. எப்படி இருந்து என்ன? அம்மாக்களின் கண்களுக்கு எத்தனை வயதானாலும் பிள்ளைகள், குழந்தைகள்தானே?

இப்போது எல்லாம் அம்மா அடிக்கடி கனவில் வருகிறாள். வழக்கம்போல் இந்தக் கனவிலும் அவள் ஏதும் பேசவில்லை. ஒரே புன்னகை. ஒரே ஒரு புன்னகை. தனித்த வனத்தில் காற்றை எதிர்கொள்ளும் ஒற்றைப் பூவின் புன்னகைபோல; வார்த்தைகளையும் வாக்கியங்களையும் கடந்து மௌனமே மோனம் என்று உணர்த்துவதைப்போல; கோயில் பிராகாரங்களில் வௌவால்களின் கிறீச்சிடல்களைத் தாண்டி, கருவறையில்

அணிலாடும் முன்றில்!

கிடந்தபடி பிரபஞ்சத்தை உற்று நோக்கும் கடவுளின் புன்னகையைப்போல; முடிவுறாமல் புன்னகைத்துக்கொண்டே இருந்தாள்.

அம்மாவை நோக்கி நான் நடந்து, அவள் கைகளைப் பிடிக்க எத்தனிக்கும்போது, கனவு கலைந்து கண் விழித்தேன். உறக்கம் வரவில்லை. செல்போன் தேடி மணி பார்த்தேன். 3.40. விடிவதற்கு நேரம் இருக்கிறது. பக்கத்தில் மனைவியும் மகனும் உறங்கிக்கொண்டு இருந்தார்கள்.

ஒரு சிகரெட் பற்றவைத்தபடி வாசலுக்கு வந்தேன்.

'ஆலம் விழுதுகள்போல்

உறவுகள் ஆயிரம் இருந்தும் என்ன?

வேரென நீ இருந்தாய்...

அதில் நான் வீழ்ந்துவிடாதிருந்தேன்...'

எதிர் ஃப்ளாட் வாட்ச்மேன் எஃப்.எம்மை அலறவிட்டு விட்டு, காதுகளில் மஃப்ளர் சுற்றி உறக்கத்தில் கிடந்தார்.

அம்மா என் நினைவுகளில் நுழைந்தபடி அலைக்கழித்துக்கொண்டு இருந்தாள். அம்மா... உன்னை முதன்முதலில் நான் எப்போது சந்தித்தேன்?

அறிமுகமாகி... பேசிப் பழகி... விடைபெற்ற பின் முகம் மறக்கிற ரயில் சிநேகமாய்த்தான் இருந்தோம்... உனக்கு நானும், எனக்கு நீயும்!

உனக்கு நான் அறிமுகமாகும் முன்பே, எனக்கு நீ அறிமுகமாகிவிட்டாய். உன் முதல் தரிசனம் எனக்கு அக தரிசனமாகத்தான் இருந்தது.

திரவங்களின் கதகதப்பில்... நடக்கையில் புலப்படும் மெல்லிய அதிர்வுகளில்... உடலை நனைக்கும் சிவப்பு நதியில்... பனிக்குடத் திடலின் பாசப் பிடிப்பில்... உன் முதல் தரிசனம் எனக்கு உள்முகத் தரிசனமாகத்தான் இருந்தது. ஆனால், அம்மா... அப்போது என் பார்வை தொப்புள் கொடியில் இருந்தது.

சந்தனமாக மேடிட்ட வயிற்றில் விரல்களால் வருடியபோதும், அடிக்கடி என் வளர்ச்சியை அசைவுகளில் உணர்ந்தபோதும், உன் முதல் தொடுதல் எனக்கு வாய்த்தது. பூ மென்மை வயிற்றில் மெத்தென்று உதைத்தேனே... அம்மா... அப்போது என் பார்வை பாதத்தில் இருந்தது.

உன்னுடைய மிச்சமாக, வெளி உலகில் பிறந்தபோது, பிடிபடாத ஒலிகளுடன், நோய்த் துகள் படிந்த மருத்துவமனைச் சூழலில்...

என்னை எடுத்து உன் மடியில் சாய்த்துக்கொண்டாயே அம்மா... அப்போது என் பார்வை உன் சேலையின் கவுச்சி வாசனையில் இருந்தது.

எல்.கே.ஜி. வகுப்புக்கு எனக்குப் பிடிக்காத கீரை சாதத்தை... நீ பள்ளிக்குக் கட்டித் தர, சாயங்காலம் ஆனதும் சண்டை போடும் ஆவேசத்தில் வீட்டுக்கு வருகிறேன். ஏன் இத்தனை கும்பல் நம் வீட்டில்? புத்தகச் சுமையுடன் நடையில் வேகம். என் பிரிய அம்மா... பாயில் படுக்கும் நீ, பலகையில் படுத்து இருந்தாய். உலகைப்பற்றிய என் பார்வை திறந்தபோது... உன் பார்வை மூடியிருந்தது. அம்மா... அப்போது என் பார்வை சோகத்தில் இருந்தது.

உன்னை உலுக்கிய என்னைத் தூக்கியது யார்? எவர்? ஒன்றும் புரியாமல் குரல்களுக்கு மத்தியில் குலுங்கிக் குலுங்கி அழுதேன் நான். பக்கத்து வீட்டு மாமி ஆறுதல் சொல்லி, கரும்பு தின்னத் தந்தார்கள். ஆனால், அம்மா... அதற்கு அப்புறம் நான் தின்ற கரும்புகள் எல்லாம் கசக்கவே செய்தன.

நிலவை யாராவது முழுவதுமாகப் பார்த்தது உண்டா? சிவப்பையும் நீலத்தையும் குழைத்துத் தகதகக்கும் தீபத்தின் தரிசனம் யாருக்காவது முழு நிறத்துடன் கிடைத்தது உண்டா? ஊருக்கு ஊர் நிறம் மாறும் தண்ணீரின் உண்மையான சுவைதான் என்ன? அம்மா... பிடிக்க வரும் சிறுவனின் கையில் வண்ணத்தைப் பதித்து வழுக்கிச் சென்ற வண்ணத்துப் பூச்சியாகத்தான் உன்னுடனான எனது நாட்களும்.

ஞாபக அடுக்குகளின் ஆழ்கிடங்கில் உனக்கும் எனக்குமான சம்பவங்கள் ஒன்றிரண்டே மிச்சம் உள்ளன. உன் முகம் க்ளைடாஸ்கோப்பின் வளையல் சித்திரமாக ஒவ்வொரு முறையும் ஒவ்வொரு விதமாய்!

உன் ஜலதோஷம் நீங்க... கஷாயத்துக்காக நான் தும்பைப் பூ தேடியதும்; 'தவளையை அடிக்காதடா... உங்க அம்மாவுக்குத் தலை வலிக்கும்' என எவனோ சொன்னது கேட்டுப் பயந்து, நான் அடிக்காமல் நின்றதும்; 'ஆலம் பழம் தின்னுட்டியே... பைத்தியம் பிடிக்கப் போவுது' நண்பர்கள் பயமுறுத்த... ஓடி வந்து உன் மடியில் பாதுகாப்பாகப் படுத்ததும்... இவைதானே அம்மா, அறியாத ஐந்து வயதில் எனக்கே எனக்காக நீ வைத்துவிட்டுப் போன கொஞ்சூண்டு நினைவுகள்.

அழுது புலம்பி, நான் அலறிய ராத்திரிகளில் நிலா இருந்தது, சோறும் இருந்தது, ஊட்டத்தான் நீ இல்லை. கடைசியாக கூரையில்

அணிலாடும் முன்றில்!

நீ தலை வாரிச் செருகிய சுருட்டை முடியை வைத்திருக்கிறேன் பத்திரமாக. கடைசியாக நீ உடுத்தி கழற்றிய சேலை இப்போதும் இருக்கிறது, என் மனதின் குளிர் போக்க.

சமீபத்தில் ஆங்கிலத்தில் ஒரு கவிதை படித்தேன். நான்ஸி வில்லியர்ட் என்கிற பெண் கவிஞர் எழுதிய அந்தக் கவிதை...

'வான்கூவர் நகரத்தில்
ரயில் நிலையம் ஒன்றுண்டு.
மரக் கட்டைகளால் ஆன
அதன் நடைபாதையில்
முன்பொரு முறை என் சிறு வயதில்
அம்மாவும் நானும்
ரயிலுக்காகக் காத்திருந்தோம்.
அங்கு வைத்துதான்
அம்மாவின் தம்பி இறந்துபோனதை
யாரோ வந்து
அம்மாவிடம் சொன்னார்கள்.
கன்னங்களைத் தாண்டி
கால் விரல்களில்
கண்ணீர்த் துளிகள் விழுந்த பிறகும்
அதிர்ச்சியுடன் அம்மா
அந்த நடைபாதையிலேயே
நின்றுகொண்டிருந்தாள்.
'உலகம் என்பது அணுக்களால் ஆனது
நாம் ஒரு மேஜையைத் தொடுகிறபோது
மேஜையும் நம்மைத் தொடுகிறது'
என்பது உண்மையானால்
அன்று அந்த நடைபாதையில்
அம்மாவின் அணுக்களும்
கலந்திருக்கும்.
நான் போய் அந்த நடைபாதையில்
அம்மாவுடன் நின்ற அதே இடத்தில்

விகடன் பிரசுரம்

நிற்கப்போகிறேன்.
நீண்ட நேரம்...
மிக நீண்ட நேரம்...
கன்னங்களைத் தாண்டி
கால் விரல்களில்
கண்ணீர்த் துளிகள் விழுந்த பிறகும்...'

கவிதையை மொழிபெயர்த்த பிறகு கன்னங்களைத் தாண்டி என் கை விரல்களில் கண்ணீர்த் துளிகள் விழுந்து இருந்தன.

அம்மா நீ நிரந்தரமானவள். உனக்கு அழிவு இல்லை. ஆகாயம் நீ. அதில் சுற்றிச் சுடரும் சூரியன் நீ. சந்திரனும் நீயே. நட்சத்திரங்களின் நின்று ஒளிரும் பிரகாசத்தில் இருந்து புலப்படுவது உன் கண்கள் அன்றி வேறு என்ன?

அணிலாடும் முன்றில்!

நீயே முகிலாகவும், முகில் தூவும் மழை யாகவும், மழை நனையும் நிலமாகவும் மலர்ந்துகொண்டு இருக்கிறாய். நதியும் நீ. கரையும் நீ. கரை தாண்டி விரியும் காட்சியும் நீ.

சிறுபிள்ளை உடனிருக்க, கார்த்திகை மாதத்தின் அந்திக் கருக்கலில் திண்ணை எங்கும் அகல் விளக்கு ஏற்றுபவளிடமும்; ஆலமரக் கிளையில் பழஞ் சேலையைத் தூளியாக்கி, கைக்குழந்தையைக் கிடத்திவிட்டு, அறுவடை வயலில் வேலை செய்தபடி நொடிக்கொரு தடவை திரும்பிப் பார்ப்பவளிடமும்; அபார்ட்மென்ட் பூங்காவின் சிமென்ட் பெஞ்ச்சில் காத்திருக்கும் மகனை அலுவலகம் முடிந்து வந்து சட்டைப் புழுதியோடு அள்ளி அணைப்பவளிடமும்; பள்ளியின் மெயின் கேட் மூடிவிடக் கூடாதே என்கிற பதை பதைப்பில், மாநகரத்து சிக்னலில் இடுப்பில் யூனிஃபார்ம் குழந்தையோடு கடப்பவளிடமும்; புதைக்கிற மகன்களை எல்லாம் விதைக்கிற விதைகளாக எண்ணிக்கொண்டு இருக்கும் ஈழத்துத் தாய்களிடமும் நான் காண்பது உன் முகம்தானே தாயே?

மாக்சிம் கார்க்கியின் 'தாய்' தொடங்கி, மார்க் வெஸ்ஸின் 'எலந்த்ரா' வரை; பட்டினத்தார் மூட்டிய தீயில் தொடங்கி, புதுமைப்பித்தனின் 'சிற்றன்னை' வரை; கலையிலும் இலக்கியத்திலும் நான் காணும் தரிசனங்கள் உன் அகம்தானே அன்னையே!

நீ எப்படி இறக்க முடியும்?

உன்னுள் கருவாகி, உனக்குள் உருவான சின்னஞ்சிறு செடி நான். மண்ணுள் நான் வீழ்ந்து, மெள்ள உதிரும் வரை என்னுள்... நீ வாழ்வாய்!

2

 **அப்பா**

'என் தகப்பன் எனக்கு இதைத்தான் சொல்லிக் கொடுத்தான்.
முதிர்ந்த மரத்தின் வேர்களைப்போல் மண்ணில் ஊன்றவும்...
பெருத்த பறவையின் சிறகுகள்போல் விண்ணில் அலையவும்...'
– ஆப்பிரிக்கப் பழங்குடிப் பாடல்

அன்புள்ள அப்பாவுக்கு...

உங்களுக்கு நான் நிறையக் கடிதங்கள் எழுதி இருக்கிறேன். பெரும்பாலும் 'அன்புள்ள' எனத் தொடங்கி, 'இப்படிக்கு' என முடியும் மிகச் சிறிய கடிதங்கள்.

முதன் முறையாக என் மனதின் ஆழத்தில் இருந்து இந்தக் கடிதத்தை எழுதுகிறேன். இதை நான், நீங்கள் உயிருடன் இருந்தபோதே எழுதி இருக்கலாம். படித்துப் பார்த்து, ஒரு புன்னகையோ; ஒரு துளிக் கண்ணீரோ பதிலாகக் கொடுத்திருப்பீர்கள்.

நிச்சயம் புன்னகைதான் உங்கள் பதிலாக இருந்திருக்கும். அப்படி எல்லாம் அழுகிற மனிதர் இல்லை நீங்கள். இப்போது யோசித்துப் பார்க்கும்போது, என்றுமே நீங்கள் அழுது நான் பார்த்தது இல்லை. எந்த அப்பாக்கள், பிள்ளைகள் முன்பு அழுது இருக்கிறார்கள்?

நள்ளிரவில் வீடு வந்தாலும், தான் வாங்கி வந்த தின்பண்டங்களை மனைவி திட்டத் திட்ட... உறங்கிக்கொண்டு இருக்கும் பிள்ளை களை எழுப்பி, அப்போதே ஊட்டிவிட்டு ரசிக்கும் பாசமான அப்பாவின் முகம்; உறவினர்கள் ஒன்று கூடும் திருமணங்களில் முன் இரவு நண்பர்களுடன் சீட்டாடிக்கொண்டு இருக்கும்போது மடியில் சென்று அமர்ந்தால், சட்டென்று கடுமை காட்டித் துரத்திவிடும் கோபமான அப்பாவின் முகம்; மாதக் கடைசியில் யாரிடம் கடன் வாங்கலாம் என யோசித்துக்கொண்டு இருக்கும் நேரத்தில் பள்ளிச் சுற்றுலாவுக்குப் பணம் கேட்டால், பதற்றமாகும் அப்பாவின் முகம் என... அப்பாக்களுக்குப் பல முகங்கள் உண்டு. அழுதுகொண்டு இருக்கும் அம்மாக்களின் முகங்கள்போல அவ்வளவு எளிதாகப் பிள்ளைகளுக்குக் கிடைத்துவிடுவது இல்லை... அழுதுகொண்டு இருக்கும் அப்பாவின் முகம்.

அப்பா... நீங்கள் உயிருடன் இருந்தபோது, பல முறை பேச நினைத்து, எழுத நினைத்து, முடியாமல் போனதைத்தான் இந்தக் கடிதத்தில் எழுதுகிறேன். கடைசி இலை கீழே விழுவதற்கும் காற்று வர வேண்டும் இல்லையா? காலத்தின் காற்று எப்போதும் தாமதமாகத்தான் வீசும்போல.

எல்லாப் பிள்ளைகளுக்கும் அப்பாதான் முதல் கதாநாயகன் என்பார்கள். அப்பா என்றால் அறிவு. எவ்வளவு சத்தியமான வார்த்தைகள். நீங்கள் இறந்த 18-ம் நாள், பரணில் இருந்த உங்கள் பழைய டிரங்குப் பெட்டியைக் கிளறியதில், உங்கள் நாட்குறிப்புகளைப் படிக்கும் பெரும் பேறு கிடைத்தது. யாரோ, எப்போதோ படிக்கப்போகிறார்கள் என்று தெரிந்தே எழுதப்படுபவைதானே நாட்குறிப்புகள்.

பல வருடத்து நாட்குறிப்புகளில், நான் பிறந்த 1975-ம் ஆண்டு ஜூலை 12-ம் நாளை முதலில் புரட்டி, என்ன எழுதி இருக்கிறீர்கள் என்று ஆர்வத்துடன் பார்த்தேன். சற்றே சாய்ந்த கையெழுத்தில் பேருவகையுடன் ஒரே ஒரு வரி எழுதி இருந்தீர்கள். 'இன்று உலகின் இரண்டாவது அறிவாளி பிறந்தான்!'

காக்கைக்கும் தன் குஞ்சு பொன் குஞ்சு என்பதுபோல், அப்பா, உங்கள் அதிகப்படியான தன்னம்பிக்கைதான் என் நம்பிக்கை என்று அப்போது புலனானது. இன்று வரை உலகை எதிர்கொள்ளும் ஒவ்வொரு தருணத்திலும் உங்கள் முகத்தில் இருந்தே எனக்கான உணர்ச்சியைக் கடன் வாங்கிக்கொள்கிறேன். இதை எழுதிக்கொண்டு இருக்கும் இந்த நொடியில், உலகின் மூன்றாவது அறிவாளி என் கையைப் பிடித்து இழுத்து விளையாட அழைக்கிறான். அவனுக்கும் உங்கள் பெயரைத்தான் வைத்து இருக்கிறேன். பெயரை உடையவன்தானே பேரன்.

விகடன் பிரசுரம்

உங்களுக்குப் புத்தகங்கள் மீது அலாதியான பிரியம் இருந்தது. தமிழாசிரியர் ஆக சொற்ப சம்பளம் வாங்கிக்கொண்டு, வீடு முழுக்க ஒரு லட்சம் புத்தகங்களை நீங்கள் சேகரித்து வைத்திருந்தது... இப்போது நினைத்தாலும் மலைப்பாக இருக்கிறது. காஞ்சிபுரத்தைச் சுற்றி இருந்த இருபதுக்கும் மேற்பட்ட கிளை நூலகங்களில் உறுப்பினராகி, புத்தகங்களின் முடிவில்லா உலகிற்குள் என்னையும் கூட்டிச் சென்றீர்கள்.

நீங்கள் அடிக்கடி சொல்லும் வாசகம் 'எனக்குத் தமிழ் மட்டும் தெரிஞ்சதாலதான், தமிழ்ப் புத்தகம் மட்டும் வாங்கினேன். அதனால, கடனாளியா மட்டும் இருக்கேன். ஆங்கிலமும் தெரிஞ்சிருந்தா... நாம எல்லாம் நடுத்தெருவுலதான் நின்னிருப்போம்.'

அணிலாடும் முன்றில்!

நான் உங்களைப் பற்றி ஒரு கவிதையில் இப்படி எழுதி இருந்தேன்...

'என் அப்பா

ஒரு மூட்டை புத்தகம்

கிடைப்பதாக இருந்தால்

என்னையும் விற்றுவிடுவார்!'

புத்தகங்கள் படிக்கும்போது உங்களுக்குப் பிடித்த வரிகளின் கீழே சிவப்பு மையால் அடிக்கோடு இடுவீர்கள். அது எனக்கு எரிச்சலாக இருக்கும். 'உங்கள் கருத்தை என் மீது திணிக்காதீர்கள். உங்களுக்குப் பிடித்த வரி எனக்குப் பிடிக்காமல் இருக்கலாம். எதற்கு அடிக்கோடு இடுகிறீர்கள்?' என்று கோபிப்பேன். அமைதியாகச் சொல்வீர்கள். 'அது அப்படி அல்ல. எங்கோ இருக்கும் இதை எழுதிய எழுத்தாளனுக்கு நான் இங்கு இருந்தே கை குலுக்குகிறேன்.'

உங்களைப் பிடித்தாட்டிய புத்தக வேதாளம் என்னைப் பிடித்து, இப்போது என் பிள்ளையையும் ஆட்டிக்கொண்டு இருக்கிறது. மொழி அறியா இந்த மூன்றரை வயதில், ஏதோ ஒரு புத்தகத்தை எடுத்துவைத்துக்கொண்டு, அவனுக்குத் தெரிந்த ஏதோ ஒரு மொழியில் படித்து, புதிதாக ஒரு கதை சொல்கிறான். சிங்கத்தின் தலையும் யானையின் உடலும்கொண்ட அந்த மிருகத்தைப் பற்றி அவன் சொல்லும்போது பயப்படுவதைப்போல நடிப்பதும் நன்றாகத்தான் இருக்கிறது. 'எவற்றின் நடமாடும் நிழல்கள் நாம்?' என்று ஒரு சிறுகதையில் எழுத்தாளர் மௌனி எழுதியிருந்தார். 36 வயதில் அந்த வரிகளுக்கு அர்த்தம் புரிந்த மாதிரி இருக்கிறது.

புத்தகங்கள் வாங்குவதற்காக நீங்கள் கடன் வாங்குவீர்கள். கடனை அடைக்கக் கடன். அதை அடைக்க மீண்டும் கடன். கடன்பட்ட உங்கள் உள்ளம் கலங்கியதே இல்லை.

கடன்காரர்கள் எதிர்ப்பட்டால், அவர்கள் தயங்கியபடி தள்ளிச் சென்றாலும், நீங்களாகவே அவர்கள் முன் சென்று 'அடுத்த மாதம் கொடுத்து விடுகிறேன் சார்' என்று சொல்லிவிட்டு, 'அவர்கள் பரவாயில்லை சார்' என்று புறப்பட்டதும் என்னிடம் திரும்பி, 'கடன் கொடுத்தவர்களைப் பார்த்துப் பயப்படக் கூடாது' என்பீர்கள். அப்பா... இப்போது சொல்கிறேன் நான் படித்த புத்தகங்களிலேயே... உங்கள் அனுபவங்கள்தான் சிறந்த புத்தகம்!

இன்று எத்தனையோ திரைப்படங்களுக்கு நான் பாடல் எழுதிக்கொண்டு இருந்தாலும், உங்களுடன் பார்த்த திரைப்படங்களை மறக்க முடியுமா? பெரும்பாலும், நள்ளிரவு

இரண்டாம் காட்சிக்குத்தான் நீங்கள் கூட்டிச் செல்வீர்கள். தண்டவாளத்தில் கை வைக்கும் சூப்பர் மேன்; மூங்கில் குச்சிகளில் உணவு உண்ணும் தர்ட்டி சிக்ஸ் சேம்பர் ஆஃப் ஷாலின்; கழுகுகள் வட்டமிடும் மெக்னாஸ் கோல்டு; வெள்ளைக்காரிகள் பப்பி ஷேமில் வரும் ஜேம்ஸ் பாண்ட் படங்கள் என எனக்கான படங்களை நீங்கள் முன்பே பார்த்து அழைத்துச் செல்வீர்கள்.

நன்றாக நினைவு இருக்கிறது... கல்லூரியில் படிக்கும்போது வகுப்பைக் கட்டடித்துவிட்டு, நண்பர்களுடன் நான் 'அவளோட ராவுகள்' மலையாளப் படத்துக்குச் சென்றிருந்தேன். அது பிட்டுக்குப் பேர் போன திரையரங்கம். வழக்கமாகக் கட்டடித்துவிட்டு பிட் படம் பார்க்க வரும் மாணவர்கள், கடைசி ஸீட்டில் இருட்டில் இடம் பிடிப்போம். இடைவேளையின்போது கூட வெளியே வர மாட்டோம்.

படம் முடிந்து எல்லோரும் கிளம்பிய பிறகே வாசலுக்கு வருவோம். நானும் நண்பர்களும் திரையரங்கை விட்டு வெளி வரும்போது, ஒரு நண்பன் என் தோளைப் பிடித்து, 'டேய்... உங்க அப்பாடா' என்று சொல்கிறான்.

அவன் காட்டிய திசையில் எதிரில் இருந்த டீக்கடையில் நீங்கள் நின்றுகொண்டு இருக்கிறீர்கள். ஒரு கணம் உங்கள் கண்களும் என் கண்களும் சந்தித்தன. உண்மையில் சந்தித்தனவா? நான் வேகமாக என் மிதி வண்டியை மிதிக்கிறேன். அந்த நேரம் பார்த்து செயின் கழன்றுவிடுகிறது. உங்கள் பார்வைக்குத் தப்பும் தூரம் வரை என் மிதிவண்டியைத் தள்ளிச் சென்று அப்புறம் செயின் மாட்டுகிறேன்.

வழக்கமாக, இரவு உறங்கும்போது நாம் பேசிக்கொண்டு இருப்போம். அன்று நீங்கள் வருவதற்கு முன்பாகவே சாப்பிட்டுவிட்டு, நான் உறங்குவதைப்போல் நடித்துக்கொண்டு இருந்தேன்.

அடுத்த நாள் என்னிடம் நீங்கள் எதுவும் கேட்கவில்லை. தினமும் எனக்கு கைச் செலவுக்காக ஐந்து ரூபாய் தருவீர்கள். அன்று 10 ரூபாய் கொடுத்தீர்கள். நான் 'அப்பா இது 10 ரூபாய்' என்கிறேன். 'இருக்கட்டும் சினிமா கினிமா பார்க்கணும்னா தேவைப்படும்' என்றீர்கள். குற்ற உணர்ச்சியின் படிக்கட்டில் அன்று வைத்த என் கால்கள் இன்று வரை மீளவே இல்லை.

இப்படித்தான் முன்பொரு முறை 10-ம் வகுப்பு தேர்வுக்குப் படித்துக்கொண்டு இருந்தேன். நீங்கள் என் முன்பு நிற்கிறீர்கள். 'சும்மா படிச்சுக்கிட்டே இருக்காதடா. டெண்டு கொட்டாயில 'ரத்தக்கண்ணீர்' படம் போட்டு இருக்கான். போய்ப் பாரு' என்று

காசு கொடுக்கிறீர்கள். நான் மறுத்துவிட்டு மீண்டும் படிக்கத் தொடங்குகிறேன்.

உண்மையில் இதற்கு நேர் மாறாக அன்று நீங்கள் ‘பப்ளிக் எக்ஸாம் ஒழுங்காப் படி’ என்று சொல்லி இருந்தால், நான் நிச்சயம் ‘ரத்தக்கண்ணீர்’ படம் பார்க்கச் சென்று இருப்பேன்.

அப்பா... புத்தகங்களுக்கு அடுத்து உங்கள் காதல், மிதிவண்டி மீதுதான் இருந்தது. நீங்கள் பணியாற்றிய பள்ளி, நம் வீட்டில் இருந்து 20 மைல் தொலைவில் இருந்தது. தினமும் 40 மைல் சைக்கிளில் செல்வீர்கள். காஞ்சிபுரத்தில் நடக்கும் சைக்கிள் போட்டிகளில் முதன் மூன்று கோப்பைகளில் வருடந்தோறும் உங்கள் பெயரும் பொறிக்கப்பட்டு இருக்கும்.

நீங்கள் இறக்கும் வரை என்னை உங்கள் சைக்கிளின் பின் இருக்கையில் அமரவைத்து மிதித்துச் சென்றீர்கள். ஒரு முறைகூட நான் உங்களைச் சுமந்தது இல்லை. ஒரு முறை நண்பர்கள் எல்லாம் சேர்ந்து மகாபலிபுரம் வரை மிதிவண்டியில் சென்று வரலாம் என்று முடிவு எடுத்தோம். வீட்டில் எதிர்த்தும் நீங்கள் என்னை அனுப்பிவைத்தீர்கள்.

காஞ்சிபுரத்தில் இருந்து 70 கிலோ மீட்டர்கள். காலை 5 மணிக்கு புறப்பட்டு 10 மணிக்கு மகாபலிபுரம் வந்தடைந்தோம். கடற்கரையைச் சுற்றிப்பார்த்துத் திரும்பினால், எதிரில் நீங்கள் நின்றுகொண்டு இருக்கிறீர்கள். என்னை அனுப்பிவிட்டு, மனசு கேட்காமல் பேருந்தில் புறப்பட்டு வந்ததாகச் சொன்னீர்கள். பௌர்ணமி நிலா தொடர்ந்து வர, என்னைப் பின் இருக்கையில் அமரவைத்து, என் நண்பர்களுடன் அரட்டையடித்தபடி காஞ்சிபுரம் வரை கூட்டி வந்தீர்கள்.

நீங்கள் இறந்த பிறகு உங்கள் அஸ்தியைக் கரைக்க மகாபலிபுரம் கடலுக்கு தான் வந்தேன். வழி முழுக்க அன்று நாம் கடந்து வந்த பாதைகள். என் வாழ்வில் என்றும் நான் கடக்க முடியாத பாதைகள்.

முதன்முதலாக உங்கள் கைப்பிடித்து பள்ளிக்குச் சென்றது; சலூனுக்குச் சென்றது; கடற்கரைக்குச் சென்றது என எத்தனையோ நினைவுகள் நெஞ்சில் நிழலாடுகின்றன. சின்ன வயதில் சைக்கிள் ஓட்டக் கற்றுக்கொடுக்கும்போது என் இடுப்பைப் பிடித்துக் கொண்டே வந்து, சட்டென்று ஒரு கணத் தில் பிடியைவிட்டீர்கள். நீங்கள் பிடித்துக் கொண்டு இருப்பதாக நினைத்து, சைக்கிளை ஓட்டிக்கொண்டு இருந்தேன். இப்போதும் அப்படித்தான் நீங்கள் பிடித்துக்கொண்டு இருப்பதாக நினைத்து ஓடிக்கொண்டு இருக்கிறேன்.

விகடன் பிரசுரம்

அப்பா... உங்கள் உயிரின் ஒரு துளியில் இருந்து என் உலகம் தொடங்கியது. இன்று, இவ்வேளையில் அளவில்லா அன்புடன் என் கண்ணீரில் சில துளிகளை உங்களுக்குக் காணிக்கை ஆக்குகிறேன்!

இப்படிக்கு,
உங்கள் மகன்.

3

அக்கா

'கொலு வைக்கும் வீடுகளில்
ஒரு குத்து சுண்டல்
அதிகம் கிடைக்கும் என்று
தங்கச்சி பாப்பாக்களை
தூக்க முடியாமல் தூக்கி வரும்
அக்கா குழந்தைகள்!'

— கலாப்ரியா

அஞ்சறைப் பெட்டியின் மிளகும் சீரகமும் பேசிக்கொண்டன. மிளகு கேட்டது, 'ஏன் இந்த வீட்டில் எல்லோரும் மௌனமாக இருக்கிறார்கள்?'

சீரகம் சொன்னது, 'இந்த வீட்டுப் பெண்ணுக்குக் கல்யாணம் முடிந்துவிட்டது. இன்னும் கொஞ்ச நேரத்தில் அவள் கணவனுடன் வேறு வீட்டுக்குச் செல்லப்போகிறாள்.'

மிளகின் குரலில் காரம் குறைந்தது. 'ஐயோ... அப்படியானால், நம்மைத் தினமும் தீண்டும் அவளது மருதாணி விரல்களை இனிமேல் பார்க்க முடியாதா?'

கூடத்தில் ஜன்னல் அருகே நின்று இருந்த தையல் மெஷினைப் பார்த்துக் கீழே சிதறி இருந்த துணித் துணுக்குகள் கேட்டன. 'அப்படியா? சீரகம் சொல்வது உண்மையா?'

தையல் மெஷின் வருத்தத்துடன் பதில் அளித்தது, 'ஆமாம். இனி, அவளின் கொலுசுக் கால்களுடன் நாம் கதை பேச முடியாது. அவள் யாரோ ஒருவனுடன் மணமாகி, எங்கோ போகிறாள். எத்தனையோ முறை தையல் ஊசி என்னைக் குத்தி இருக்கிறது. அப்போது எல்லாம் வலித்தது இல்லை. இந்த வலி, வேறுவிதமாக இருக்கிறது!'

ஆங்காங்கே பாதரசம் உதிர்ந்து இருந்த நிலைக் கண்ணாடி கொஞ்சம் கர்வத்துடன் சொன்னது, 'கவலைப்படாதீர்கள். கடைசியாக அவள் என்னைத்தான் பார்த்தாள். அவள் உருவத்தை நான் சிறைப்படுத்தி வைத்திருக்கிறேன். நாம் எப்போது வேண்டு மானாலும் அவளைப் பார்க்கலாம்.'

நான் இந்த உரையாடல்களைக் கேட்டபடி கூடத்தில் இருந்து மொட்டை மாடிக்குச் சென்றேன். மொட்டை மாடியில் புகைக் கூண்டில் சாய்ந்தபடி நண்பன் அமர்ந்து இருந்தான். பால்ய கால நண்பன். பக்கத்து வீட்டில் வசிப்பவன். எட்டாம் வகுப்பு வரை அவனும் நானும் ஒன்றாகப் படித்தோம். அதற்குப் பிறகு, அவன் ஃபெயிலாகி பட்டுத் தறி நெய்யச் சென்றுவிட்டான். அவனது

அக்காவுக்குத் திருமணம் ஆகிப் புகுந்த வீட்டுக்குக் கிளம்பிய நாள் அது. அவன் முகம் அழுத மாதிரி இருந்தது. சுற்றிலும் உதிர்ந்துகிடந்த வேப்பம் பூக்களில் எறும்புகள் மொய்த்துக் கொண்டு இருந்தன. “டேய், இங்கதான் இருக்கியா? எல்லோரும் உன்னைத் தேடுறாங்க. அக்கா கிளம்பப்போகுது வாடா” என்றேன். “என்னமோ மாதிரி இருக்குடா” என்றபடி எழுந்து வந்தான்.

வாசலில் ஒரு வாடகை கார் நின்று இருந்தது. உறவினர்கள் கூடி வழி அனுப்பிவைக்க, காரில் எல்லோருக்கும் கையாட்டிக்கொண்டு இருக்கும்போது, சட்டென்று உடைந்து அக்கா அழத் தொடங்கினாள். அவளைத் தேற்றி அனுப்பிவைக்கப் பெரும் பாடாகிவிட்டது. தெருக் கோடியில் புள்ளியாகி கார் திரும்பியது. எல்லா அக்காக்களையும் போலவே, பக்கத்து வீட்டு அக்காவும் கல்யாணமாகிக் காணாமல் போனாள்.

இனி, அந்த வீடு அக்கா வாழ்ந்த வீடு அல்ல; அக்கா வந்து போகும் வீடு.

அக்காக்கள் இல்லாத வீடு அரை வீடு. ஹாலில் ஆணியால் கீறிய தாயக் கட்டங்களில் இனி மதிய உணவுக்குப் பிறகான இடைவேளையில் காய்கள் நகரப்போவது இல்லை. ‘ஓராறு மூபன்னெண்டு’ என்று சீரான லயத்துடன் ஒலிக்கும் குரலைக் கேட்க வரும் மஞ்சள் பட்டாம்பூச்சி வெறுமையுடன் திரும்பப் போகிறது.

முற்றத்தில் உதிர்ந்த பவழ மல்லியைப் பொறுக்கிக்கொண்டே தான் பார்த்த திரைப்படங்களின் கதையை டைட்டிலில் தொடங்கி, சண்டைக் காட்சியின் சிறப்புச் சத்தங்கள் வரை துல்லியமாகச் சொல்லும் அக்காவைக் காணாமல் மாலைச் சூரியன், தன் வெளிச்சத்தைச் சுருட்டிக்கொண்டு இரவின் இருட்டில் கரையப் போகிறான்.

ஒன்றை ஒன்று பார்த்தபடி அழகாகத் தலையணை உறைகளில் அக்கா எம்ப்ராய்டரியில் வரைந்த வாத்துகள், ஸ்வீட் ட்ரீம்ஸ் இல்லாமல் ஞாபக அலைகளில் நீந்தப்போகின்றன.

புதையல் அள்ள ஆள் இல்லாமல், காலிக்குழியுடன் காத்திருக்கும் பல்லாங்குழிக்கும்; தனிமைக் காற்றில் ஆடும் தோட்டத்து ஊஞ்சல் பலகைக்கும்; சன்னமான குரலில் ‘மாலைப் பொழுதின் மயக்கத்திலே’ எனக் கூடவே முணுமுணுக்கும் பழைய வானொலிப் பெட்டிக்கும்; கிளிப் பச்சைத் தாவணி காயாத கொடிக் கயிற்றுக்கும்; அக்கா இல்லாத செய்தியை யார் போய் சொல்லப் போகிறார்கள்?

விகடன் பிரசுரம்

நான் அக்கா தங்கைகளுடன் பிறக்காதவன். தம்பிகளுடன் வளர்ந்தவன். எங்கள் வீட்டில் நான் இருந்ததைவிட, நண்பர்கள் வீட்டில்தான் எப்போதும் இருப்பேன். நண்பர்களின் அக்காக்கள் நமக்கும் அக்காதானே? என் ஆளுமையின் ஒவ்வோர் அணுவிலும் நண்பர்களின் அக்காக்கள் நிறைந்து இருக்கிறார்கள்.

அணிலாடும் முன்றில்!

நான் ப்ளஸ் டூ படித்துக்கொண்டு இருந்த காலத்தில் ஒரு மழைநாள். மழை நிற்கும் வரை ஒரு மரத்தடியில் சைக்கிளுடன் நண்பர்கள் நின்று இருந்தோம். கனவுகளில் மிதந்த வயது அது. ஒரு சிகரெட்டைக் கொஞ்சம் பிடித்துவிட்டுப் பாதியை நண்பன் தர... ஸ்டைலாகப் புகைவிட்டபடி திரும்பிப் பார்க்கிறேன், குடை பிடித்தபடி சாலையில் நடந்து செல்லும் எஸ்தர் அக்கா என்னையே முறைத்தபடி செல்கிறது. அதற்குப் பிறகு, அந்த அக்கா ஒரு வாரம் என்னிடம் பேசவில்லை. அந்த அக்காவுடன் சர்ச்சுக்குச் சென்று மண்டியிட்டு... 'இனி, சிகரெட் பிடிக்க மாட்டேன்' எனச் சொல்லிய பிறகே, பேச ஆரம்பித்தது. இன்றும் பதற்றமான நேரங்களில் புகை பிடிக்கும்போது எல்லாம் மனசு பால்ய வயதுக்குள் நுழைந்து, அந்த அக்காவுடன் கர்த்தர் முன் மண்டியிடுகிறது. அக்காவும் ஆண்டவரும் மன்னித்தாலும், என் குற்ற உணர்வில் இருந்து நான் விடுபடப்போவது இல்லை.

இன்னோர் அக்கா தனக்கு வந்த முதல் காதல் கடிதத்தை 'யாருகிட்டயும் சொல்லக் கூடாது' எனச் சத்தியம் வாங்கிக்கொண்டு என்னிடம் படிக்கக் கொடுத்தது. என் வாழ்வில் நான் படித்த முதல் காதல் கடிதம். பிள்ளையார் சுழி போட்டு ஆரம்பித்து இருந்தது. 'என் ஃப்ரெண்ட்ஸ் எல்லாம் நீ என்னையே பார்ப்பதாகச் சொல்கிறார்கள். நீ என்னைப் பார்ப்பது எனக்கும் தெரியும். எப்போதுதான் பேசப் போகிறாய்? உனக்காகத்தான் நான் தினமும் பெருமாள் கோயில் மைதானத்துக்கு கிரிக்கெட் ஆட வருகிறேன். எவ்வளவு காலம் என்னைத் தவிக்கவிடுவாய். நீர் இல்லாமல் மீன் இல்லை. நீ இல்லாமல் நான் இல்லை. உன்னையே நினைத்து நினைத்து சாப்பிடப் பிடிக்கவில்லை. தூங்கப் பிடிக்கவில்லை. பைத்தியம்தான் பிடிக்கிறது. உனக்கு என்னைப் பிடிக்கிறது என்றால், நாளைக்கு ஆரஞ்சு கலர் தாவணி போட்டுக்கொண்டு வா... காத்திருப்பேன்" என்று எழுதி, ரத்தத்தில் கையெழுத்துப் போட்டு இருந்தது.

"இப்ப என்னடா பண்ணலாம்?" என்றது அந்த அக்கா.

"உனக்குப் பிடிச்சிருக்கா?" என்றேன்.

"தெரியல... யெஸ் சொல்லவா? நோ சொல்லவா?" என்று தானும் குழம்பி, என்னையும் குழப்பியது.

"பேசாம நோ சொல்லிருக்கா!"

"ச்சீ... பாவம்டா!"

"அப்ப... யெஸ் சொல்லு!"

"ஐயோ, பயமா இருக்குடா!"

"வேணும்னா டாஸ் போட்டுப் பார்க்கலாம்" என்றேன்.

"நல்ல ஐடியா…. நீ கௌம்பு!" என்றது.

அன்று காற்றில் ஆடிய அந்த நாணயத்தில் இருந்து பூ விழுந்ததா, தலை விழுந்ததா என்று அந்த அக்காவுக்குத்தான் தெரியும். ஆனால், அதற்கடுத்த மூன்றாம் மாதம் அந்த அக்காவுக்கு அவசர அவசரமாகத் திருமணம் ஆனது. கல்யாண வரவேற்புக்குப் பரிசளிக்க நண்பர்கள் சேர்ந்து பால் குக்கர் வாங்கலாமா? வால் கிளாக் வாங்கலாமா? என்று பட்டிமன்றம்வைத்து, கடைசியில் கப் அண்ட் சாஸர் வாங்கிக் கொடுத்தோம். அந்த அக்கா என் கையைப் பிடித்து அருகில் நிற்கவைத்து புகைப்படம் எடுத்துக்கொண்டது. அக்காவின் கைக்குட்டையில் இருந்து என் கைவிரல்களை ஈரமாக்கியது கண்ணீர்த் துளிகளா? வியர்வைத் துளிகளா என்பதை இன்று வரை நான் அறிந்தேன் இல்லை.

வேறு ஓர் அக்கா, எனக்கு ரொம்பப் பிடிக்கும் என்று மழைக் காலங்களில் தன் கிராமத்தில் இருந்து பொரி அரிசியுடன் சேர்த்து ஈசல் வறுத்து எடுத்துக்கொண்டு வரும். உண்மையில் பொரி அரிசியுடன் வறுபடும் ஈசல்களே ஆரம்பித்துவைக்கின்றன மழையின் வாசனையை. சாணி கொட்டிவைத்து இருக்கும் எருக் குழிகளில் ஈசல் பிடித்த கதையை அந்த அக்கா சொல்லச் சொல்ல... நாளெல்லாம் கேட்டுக்கொண்டே இருக்கலாம். ஓவியம் வரைவதில் அந்த அக்காவுக்கு அவ்வளவு ஆர்வம். என் ஜுவாலஜி ரெக்கார்ட் நோட்டில் உள்ள படங்களை எல்லாம் வரைந்து கொடுத்தது அந்த அக்காதான். அது தவளை வரைந்தால், அதன் கால்களில் குளக்கரையின் சேறு இருக்கும். அவ்வளவு துல்லியமும் ரசனையும் கொண்ட படங்கள் அவை. இன்னமும் அந்த நோட்டுகளைப் பத்திரப்படுத்திவைத்து இருக்கிறேன். ஜப்பானிய ஹைக்கூ கவிஞர் பாஷோ எழுதிய ஹைக்கூபோல அந்த அக்காவின் ஞாபகங்கள்.

'பழைய குளம்

தவளை குதிக்கிறது

க்ளக் க்ளக்...'

இன்னும் இன்னும் நண்பர்களின் அக்காக்கள் தவிர்த்து, ப்ரியங்களில் மழை செய்யும் பெரியம்மா பெண்கள் என எத்தனையோ அக்காக்கள்.

என்னை நானாக்கிய எல்லா அக்காக்களுக்கும் என் அனந்த கோடி நன்றிகள்!

4

தம்பி

'தம்பி என்பவன் அண்ணனுக்காகத்
தன் இன்பங்களைத் தொலைத்தவன்!'

– ஜான் ஆஸ்டின்

தன் முயற்சியில் சற்றும் மனம் தளராத விக்ரமாதித்யன் என நினைத்து, என் தோளில் தொற்றிக்கொண்ட வேதாளம் கட்டளை இட்டது. "என் கேள்விகளைக் கவனமாகக் கேட்டு யோசித்து, தெளிவாகப் பதில் சொல். தவறாகச் சொன்னால், உன் தலை சுக்கு நூறாகச் சிதறிவிடும்!"

நான் பதில் சொல்ல ஆயத்தமானேன்.

வேதாளம் கேட்டது. "தம்பி என்று சொன்னவுடன் உன் மனதில் உடனே வரும் பிம்பம் என்ன?"

"நான் மலர்ந்த தொப்புள் கொடியின் இன்னொரு பூ. என் உதிரத்தின் பங்காளி. வேற்றுருவன் ஆனாலும் என் மாற்றுருவன். நான் உண்ட மிச்சப் பாலின் ருசி அறிந்தவன். ஆதலால், என் பசி அறிந்தவன். என் நாணயத்தின் இன்னொரு பக்கம். துக்கத்தில் எனைத் தாங்கும் தூண். சக ஊன்!"

36

விகடன் பிரசுரம்

"முதன்முதலில் உன் தம்பியைப் பார்த்த தருணம் ஞாபகம் உள்ளதா?"

"கலங்கலாக நினைவில் உள்ளது. மருத்துவமனையில் இருந்து அம்மாவை அழைத்து வந்தார்கள். அறை எங்கும் மருந்து வாசனை. கட்டிலில் ஒரு பழைய சேலையைச் சுற்றிக்கொண்டு அம்மாவுக்குப் பக்கத்தில் சிணுங்கிக்கொண்டு இருந்தான். முகம் எங்கும் ரோஜாப் பூ போல ரோஸ் கலரில் இருந்தது. ஆங்காங்கே கொசுக்கள் கடித்து அநியாயத்துக்கு சிவந்து இருந்தான்."

"அப்போது உன் மனதில் என்ன உணர்வு தோன்றியது?"

''அவனைக் கருவுற்ற நாளில் இருந்து அம்மா கொஞ்சம் கொஞ்சமாக எனக்கு அந்நியமாகிப்போனாள். முன்புபோல், அம்மாவின் மடியில் சாய்ந்து கதை கேட்கும் தருணங்கள் குறைந்துகொண்டே வந்தன. அம்மாவின் அருகில் சென்றால், வெளியே போய் விளையாடும்படி யாராவது விரட்டிக்கொண்டே இருந்தார்கள். சாலையில் கண்டெடுத்த பறவை இறகின் ஆச்சர்யம்; கல் தடுக்கி நகம் கிழிந்த வலி; பெருமாள் கோயில் யானை வீதி வழியாகப் பாகனுடன் கடந்து சென்றது என எதையுமே அம்மாவிடம் பகிர்ந்துகொள்ள முடியவில்லை.

ஆகவே, அவன் பிறந்தபோது முதலில் அவன் மீது கோபம் கோபமாக வந்தது. தம்பி என்பவன் எனக்கும் அம்மாவுக்குமான இடைவெளியைக் கையில் ஏந்திக்கொண்டு வந்தவன் என்ற எண்ணம் அப்போது மேலோங்கி இருந்தது. அருகில் சென்றால், பிஞ்சுக் கண்களைச் சிமிட்டி என்னைப் பார்த்துச் சிரிப்பான். காற்றில் கை நீட்டி தொட எத்தனிப்பான். ஒருநாள் யாரும் அறியாமல் அந்தக் கையைப் பிடித்து லேசாகக் கிள்ளினேன். அதிர்ந்து அழுதவன் என் பக்கமாகத் திரும்பி, தன்னிடம் இருந்த ஒரே ஆயுதத்தைப் பயன்படுத்தினான். என் சட்டை எங்கும் நனைந்தது.''

''தம்பி, தோழன் ஆவதற்கு முந்தைய கணங்கள் எப்படி இருந்தன?''

''எல்லா அண்ணன்-தம்பிகளைப்போலவே நாங்களும் சண்டை போட்டுக்கொண்டும்; சமாதானம் ஆகிக்கொண்டும் வளர்ந்தோம். ஆட் காட்டி விரலையும் நடுவிரலையும் ஒன்று சேர்த்து வளைய மாக்கி, காயா... பழமா? கேட்காத நாட்கள் இல்லை. எனக்குப் பிடித்த குழித்தட்டு; நான் உறங்கும் பூப்போட்ட தலையணை; பூமிப் பந்தை மையமாக்கி ஒற்றைக்காலில் சுற்றும் பூண் வைத்த பம்பரம்; மர பெஞ்ச்சின் காலை உடைத்து செதுக்கிச் செய்த கிரிக்கெட் மட்டை; சைக்கிள் டியூபில் செய்த பந்து என என் ப்ரியங்களின் மேல் அவன் பார்வை படுகிறபோது எல்லாம் சண்டை கொழுந்துவிட்டு எரியும். ஆயினும், அவனை நான் அடித்ததைவிட, என்னை அவன் அடித்ததே அதிகம். தைரியத்தில் அவன் தேர்ந்தவன்.''

''எல்லாத் தம்பிகளும் அண்ணன்களைவிட முன் கோபிகளாகவும்; தைரியசாலிகளாகவும் இருப்பதன் காரணங்கள் அறிவாயா?''

''அண்ணனின் நிழலில் வளர்வதை எந்தத் தம்பியும் விரும்புவது இல்லை. அண்ணனின் சின்னதாகிப் போன பழைய சட்டைகளை

அணிய நேரும்போது எல்லாம் தம்பியும் சின்னதாகிப்போகிறான். 'உங்க அண்ணன் சட்டைதானே இது? போன வருஷம் ஏப்ரல் ஃபூலுக்கு வாழைச் சாறு கலந்து, நான் அடிச்ச இங்க் கறை அப்படியே இருக்கு பாரு' என்று அண்ணனின் நண்பன் வழியில் நிறுத்தி விசாரிக்கையில், சின்னதான தம்பியின் உருவம் புள்ளியாகித் தேய்கிறது.

ஆங்காங்கே குட்டி போடாமல் ஏமாற்றிய மயிலிறகுடன், அட்டை கிழிந்து மௌன்ட்பேட்டன் 'பிரபு' என்பதை அடித்து, மௌன்ட்பேட்டன் 'அடிமை' என எழுதப்பட்ட அண்ணனின் பழைய வரலாற்றுப் புத்தகத்தில் இருந்து தன் வரலாற்றைக் கற்றுக்கொள்ள எந்தத் தம்பி யும் விரும்புவது இல்லை. நேருவின் முகத்தில் மீசையும்; காந்தியின் நெற்றியில் நாமமும் வரையப்பட்ட அந்தப் புத்தகங்கள், தம்பியின் கற்பனைக்கு இடம் கொடாமல் அவனைப் பெருத்த சவாலின் முன் நிறுத்துகின்றன.

அண்ணனின் சாயல், வாழ்க்கை முழுக்கத் துரத்திக்கொண்டே இருப்பதன் வலி தம்பியாக இருந்து பார்த்தால்தான் தெரியும். ஆகவே, தம்பிகள் முன்கோபத்திடமும் அதன் விளைவான முரட்டுத்தனத்திடமும் தங்களை ஒப்படைக்கிறார்கள்."

"உன் தம்பி என்று உன் தம்பியை நீ உணர்ந்த நிமிடம் எது?"

"கோடை விடுமுறையில் ஒருநாள் நண்பனின் வீட்டில் கேரம்போர்டு விளையாடிவிட்டு வந்துகொண்டு இருக்கிறேன். தெரு முனையில், என் தம்பியை நாலைந்து பெரிய பையன்கள் சுற்றி வளைத்து சண்டை பிடித்துக்கொண்டு இருக்கிறார்கள். எங்கே இருந்து எனக்கு ஆவேசம் வந்தது என்பதை நான் அறியேன். ஒரு மரக் கிளையை ஒடித்து, அந்தக் கம்பால் அவர்களைத் துவைத்து எடுத்துவிட்டேன். அலறியபடி ஓடிவிட்டார்கள். 'அண்ணா' என்று தேம்பி அழுதபடி தம்பி என் கைகளைப் பிடித்துக்கொண்டான். இருவரும் எதுவும் பேசாமல் மௌனமாக வீட்டுக்கு வந்தோம். அந்த மௌனத்துக்குப் பெயர் பாசம் என்று அப்போது எங்களுக்குத் தெரியாது."

"தம்பி, தோழனானது எப்போது?"

"அவரவர் கனவுடன் வளர்ந்தோம். வயதுஎன்னும் புகைவண்டி பால்யத்தின் தண்டவாளங்களைக் கடந்து, எங்களை வாலிபத்திற்குள் அழைத்துச் சென்றது. வேலையும் தேடலும் எங்களை வேறு வேறு திசையில் நிறுத்தின. என் திருமணத்துக்குப் பிறகு ஒருநாள், 'அண்ணா, உன்கிட்ட பேசணும்' என்றான்.

'என்ன?' என்றேன்.

அணிலாடும் முன்றில்!

'நான் ஒரு பொண்ணைக் காதலிக்கிறேன். நீதான் வீட்ல சொல்லணும்!' என்றான்.

அண்ணன்கள் அப்பாவாகும் தருணத்தை அன்று உணர்ந்தேன்.

மதுரைக்குப் பக்கத்தில் அழகர் கோவிலில் அவன் திருமணம், ஒரு சில உறவினர்கள், நண்பர்கள் முன்னிலையில் எளிமையாக நடந்தது. எப்படி எல்லாம் நடக்க வேண்டிய திருமணம் என்று மனசு கிடந்து அடித்துக்கொண்டு இருந்தது. தாலி கட்டிய பிறகு காலில் விழுகிறார்கள். பதறியபடி, 'நல்லா இருங்க!' என்று தம்பியைத் தொட்டு எழுப்பு கிறேன். நீண்ட வருடங்களுக்குப்

விகடன் பிரசுரம்

பிறகு என் தம்பியைத் தொடுகிறேன். 'என் தம்பியைப் பத்திரமாப் பாத்துக்கம்மா!' என்று அந்தப் பெண்ணிடம் சொல்ல வேண்டும் போல் இருந்தது. ஏன் இந்தக் கண்கள் எதற்கெடுத்தாலும் கலங்குகின்றன? கோயில் மண்டபத்தில் அன்று மூன்று திருமணங்கள் நடந்தன. வெவ்வேறு திசைகளில் வெவ்வேறு பந்திகள். பேருக்கு கை நனைத்துவிட்டு, சிறு குன்றின் மரவெளியில் நடந்தேன். அந்த மரவெளிகள் என் கால்களைப் பால்ய காலத்துக்குள் கூட்டிச் சென்றன. திரும்பி வரும்போது,தம்பி ஏதோ சொல்லிக்கொண்டு இருந்தான். அந்தப் பெண் வெட்கத்துடன் சிரித்துக்கொண்டு இருந்தது."

"திருமணத்துக்குப் பிறகு அண்ணன்-தம்பி உறவின் நிலை என்ன?"

"எந்தத் திசையில் வீசினாலும் காற்றின் ஈரம் காற்றில் இருப்பதைப்போல, பிரிந்திருந்தும் சேர்ந்திருப்பதுதானே சகோதரத்துவம். நான் வாழும் இதே நகரத்தின் இன்னொரு மூலையில் எனக்காக இன்னோர் இதயம் துடித்துக்கொண்டு இருக்கிறது. இவ்விடமும் அப்படியே!"

"மீண்டும் கேட்கிறேன். தம்பி என்றவுடன் உன் மனதில் உடனே வரும் பிம்பம் என்ன?"

"கூறியது கூறலுக்கு மன்னிக்கவும். நான் மலர்ந்த தொப்புள் கொடியின் இன்னொரு பூ. என் உதிரத்தின் பங்காளி. வேற்றுருவன் ஆனாலும், என் மாற்றுருவன். நான் உண்ட மிச்சப் பாலின் ருசி அறிந்தவன். ஆதலால் என் பசி அறிந்தவன். துக்கத்தில் என்னைத் தாங்கும் தூண். சக ஊன்!"

என் பதில்களில் திருப்தி அடைந்த வேதாளம், "தம்பி உடையவன் படைக்கு அஞ்சான்" என்றபடி மீண்டும் முருங்கை மரத்தை நோக்கிப் பறந்தது!

5

ஆயா

'அம்மாவைப் பெற்ற அம்மாச்சி. காலையில் இருந்து இரவு வரையிலும் தினசரி ஒரு பூ பூத்தபடி இருப்பது அபூர்வம் என்றால், அவளும் அபூர்வம்தான். காது வளர்த்து, தண்டட்டிகளாடக் கல்யாண வீடுகளில் நிறையச் சாப்பிட்டு, வெற்றிலை போட்டு, உதட்டில் விரல் மூடிக் காவி நீர் உமிழ்ந்தால், ஒரு பாகம் சென்று விழும். அவ்வளவு வலுவும் வீரியமும் மிக்கவள். நேர் மாறாக, பிள்ளை மனசு. யார் அழுதாலும் எதற்கென்று கேட்காமல், தானும் அழுவாள்; அழுபவளைவிட அதிகமாகவும் உண்மையாகவும்.'

– கந்தர்வன்

('கந்தர்வன் கதைகள் தொகுப்பில் இருந்து...)

ஓர் ஊர்ல ஓர் ஆயா இருந்துச்சி. அந்த ஆயா அப்பாவைப் பெத்த ஆயா. இவன் எப்பவும் ஆயா ஆயான்னு பின்னாடியே சுத்திட்டு இருப்பான். ஒருநாள் இவன்கூடப் படிக்கிற பையன் இவன் கிட்ட, "எங்க வீட்ல எல்லாம் நாங்க பாட்டின்னுதான் கூப்பிடுவோம். வேலைக்காரங்களைத்தான் ஆயான்னு சொல்லுவோம்''னு சொன்னதைக் கேட்டதும், இவனுக்கு என்னமோ மாதிரி ஆயிடுச்சு. அந்தப் பையன் பணக்காரப் பையன். அவன் சொன்னா, அது சரியாத்தான் இருக்கும்னு

தோணிச்சு. அதற்கப்புறம் ஒரு ரெண்டு நாள் இவனும் பாட்டின்னு கூப்பிட ஆரம்பிச்சான். அது ஏதோ ஆயாவுக்கு பணக்கார கவுன் போட்ட மாதிரி தோணவே, சரி நம்ம ஆயாவுக்குப் பணக்காரத் தோற்றம் வேணாம்... அது ஏழையாவே இருந்துட்டுப் போகட்டும்னு விட்டுட்டான்.

அப்பாவைப் பெத்த அந்த ஆயாவை இவனுக்கு ரொம்பப் பிடிக்கும். இவனை வளர்த்தது அந்த ஆயாதான். செக்கச்செவேல்னு அழகா இருக்கும். அழகுலயே பல அழகு இருக்கு. தீ மாதிரி மிரட்டுற அழகு; அருவி மாதிரி பிரமிக்கவெக்கிற அழகு; கடல் மாதிரி கொந்தளிக்கிற அழகுன்னு சொல்லிக்கிட்டே போகலாம். அந்த ஆயாவோட அழகு, மலை மாதிரி அமைதியான அழகு. முதுமையோட கோடுகளும் சேர்ந்து அந்த அழகை ஓர் அற்புதமான ஓவியமா மாத்தியிருந்தது.

அந்த ஆயா சுத்த சைவம். வாரத்துல நாலு நாள் விரதம் இருக்கும். அதனால, வீட்ல அசைவம் சமைக்க மாட்டாங்க. இவன் இப்ப வரைக்கும் அசைவத்தை ரொம்ப விரும்பிச் சாப்பிடறதுக்கு அதுவும் ஒரு காரணம்.

ஆயா, பதிமூணு வயசுல கல்யாணமாகி தாத்தாவுக்கு வாக்கப்பட்டு வந்துச்சாம். இவன் பொறக்குறதுக்கு முன்னாடியே தாத்தா இறந்துட்டாரு. அந்தக் காலத்துல வண்டி கட்டிப் போயி, மகாத்மா காந்தியோட பேச்சைக் கேட்டது; சுதந்திரம் வந்தப்போ... ஊரே கொண்டாட்டமா இருந்ததுன்னு நெறைய கதை சொல்லும்.

கதை கேட்கிறதுன்னா, இவனுக்கு அப்படிப் பிடிக்கும். ஆயாகிட்ட இவன் கேட்ட கதைகள்ல கம்பளம் பறக்கும்; மோதிரம் பேசும்; ஏழு கடல் தாண்டி, ஏழு மலை தாண்டி, கிளியோட கழுத்துல இளவரசியோட உயிர் இருக்கும்; தெனாலிராமனோட கத்தரிக்காய்க்கு கிரீடம் முளைக்கும்.

இவன் ஆயா மடியில படுத்துக்கிட்டே கதை கேப்பான். சமையலறைப் புகை, பூண்டு, வெங்காயம், விபூதின்னு கலப்படமா ஆயா மேல ஒரு வாசனை அடிக்கும். அது இவனுக்கு ரொம்பப் பிடிக்கும். பாதி கதையில தூங்கிட்டாலும் கனவுக்குள்ள அவங்க குரல் கேட்டுக்கிட்டே இருக்கும்.

இவனுக்கு சின்ன வயசிலேயே அம்மா இறந்துட்டதால, அந்த ஆயா இவனுக்கு எல்லாமா இருந்துச்சி. இவன் மேல அப்படி ஒரு ப்ரியம். டவுனுக்குப் போயிட்டுத் திரும்பும்போது முந்தானையில மடிச்சி போண்டா வாங்கிட்டு வரும். அத்தை வீடுகளுக்குக் கூட்டிட்டுப் போயி, இவனுக்காகக் கறி எடுத்து சமைக்கச்

சொல்லும். எண்ணெய் தேய்ச்சிக் குளிப்பாட்டும். காது அழுக்கு எடுத்துவிடும். விளையாடிட்டு வந்து தூங்கும்போது கால் அமுக்கிவிடும்.

ஒரு முறை இவன் குழந்தையா இருக்கும்போது, வீட்டுக்குப் பக்கத்துல இருந்த குட்டையில விழுந்துட்டான். எல்லாரும் எங்கெங்கேயோ தேடறாங்க. அப்ப இவன் தலையில குடுமி போட்டிருப்பான். இவனோட அம்மாதான் சிவப்பு கலர் ரிப்பன் குட்டைக்கு மேல தெரியறதைப் பார்த்து இவனைத் தண்ணிக்குள்ள எறங்கிக் காப்பாத்துனாங்க. எல்லாரும் சேர்ந்து ஆஸ்பத்திரிக்குத் தூக்கிட்டுப் போனது இவனுக்கு இப்பவும் ஞாபகம் இருக்குது.

அப்ப இருந்து இவனுக்குத் தண்ணியில கண்டம்னு ஆயா தண்ணி பக்கமே விடாது. இவனோட கூட்டாளிங்க கெணத்துல சொட்டாங்கல்லா குதிக்கும்போது இவன் கரையில இருந்து பார்த்துட்டு இருப்பான். ரொம்ப நேரமா இவனைக் காணோம்னா, ஆயா வயல்காட்டுல இருக்குற கெணறு கெணறாத் தேட ஆரம்பிச்சிடும். இவன் கரை மேல இருக்கிறதைப் பார்த்த பிறகுதான் அதுக்கு நிம்மதி வரும். ஆயாவோட பயத்தால, இன்னிக்கும் இவன் நீச்சலே கத்துக்கல.

இந்த மாதிரிதான் நெறைய விஷயங்கள்ல இருந்து இவன் தள்ளியே இருந்தான். ப்ளஸ் டூ படிக்கும்போதுதான் இவனுக்குப் பள்ளிக்கூடத்துக்கு சைக்கிள்ல போற அனுமதியே கெடச்சது. டியூசன் எல்லாம் முடிஞ்சு, ராத்திரி வர்றவரைக்கும் ஆயா திண்ணையிலேயே உட்கார்ந்திருக்கும். "இனிமே பஸ்லயே போ... சைக்கிள்ள போகாதே. பயமாஇருக்கு"ன்னு சொல்லும்.

"ரா முழுக்கக் கண்ணு முழிச்சி எழுதிக்கிட்டே இருக்காதே. ஒடம்பப் பார்த்துக்கோ. பேசாம காலேஜ் வாத்தியாரு வேலைல சேர்ந்துட்டு, ஊர்லயே இரு"ன்னு இப்பவும் சொல்லிக்கிட்டே இருக்கும்.

இவன் சிரிச்சிக்கிட்டே பேச்சை மாத்திருவான். ஆயாவுக்கு இப்ப 92 வயசு. இப்பவும் ஊருக்குப் போனா, அவங்க மடியில படுத்துப்பான். எதுவும் பேசாம இவன் மொகத்தை நடுங்குற விரலால தடவிக்கொடுத்துட்டே இருக்கும். இவன் அப்படியே தூங்கிடுவான். கனவுக்குள்ள அது முன்ன சொன்ன கதைகளோட குரல் கேட்கும்.

இன்னோர் ஊர்ல இன்னோர் ஆயா இருந்துச்சி. இந்த ஆயா அம்மாவைப் பெத்த ஆயா. இந்த ஆயாவும் அழகு. இந்த ஆயாவோட அழகு, கிராமத்துக் கோயில்ல இருக்குற சிறு தெய்வம்

விகடன் பிரசுரம்

மாதிரி கொஞ்சம் ஆக்ரோஷமான அழகு. இந்த ஆயாவோட மூக்குதான் இவனோட அம்மாவுக்கும், அவங்ககிட்ட இருந்து இவனுக்கும் வந்திருச்சி. இந்த மூக்கால பள்ளிக்கூடத்துல இவனுக்கு பட்டப் பெயர் 'ஜப்பான்.'

இந்த ஆயா அந்த ஆயாவுக்கு அப்படியே நேரெதிர். வீர அசைவம். முழுப் பரீட்சை லீவுக்கு சென்னைக்கு ஆயா வீட்டுக்கு

வரும்போது எல்லாம், ஆயா மண் சட்டியில் மீன் ஆய்வதை வேடிக்கை பாக்குறதுதான் இவனோட பொழுதுபோக்கு. மண் சட்டியில ஆயா வெக்கிற மீன் குழம்போட ருசியை இன்னிக்கி வரைக்கும் இவன் வேற எங்கயும் சாப்பிட்டதில்ல. மீன் குழம்பு இல்ல, அது தேன் குழம்பு.

வாய்யான்னு பாசத்தோடு கூப்பிட்டு, வெத்தலை பாக்குக் கறையோட கன்னத்துல முத்தம் கொடுக்கும். கல்லூரி முடிஞ்சி கல்யாணம் ஆகற வரைக்கும், இவன் இந்த ஆயா வீட்லதான் இருந்தான். அஞ்சு மாமா, மாமிங்க, அக்கா, குழந்தைங்கனு கூட்டுக் குடும்பம்.

ஆல மரம் மாதிரி ஆயாதான் எல்லோரையும் தாங்கிட்டு இருந்துச்சி. எங்கேயாவது வெளிநாட்டுக்கோ, வெளியூருக்கோ போகும்போது, இவனை சாமி படத்துக்கு முன்னாடி நிக்கவெச்சி விபூதி பூசிவிடும். இவன் கால்ல விழுவான். சுருக்குப் பையில இருந்து பத்து ரூபா எடுத்துக் கொடுத்து, "பார்த்து செலவு பண்ணுய்யா... பத்திரமாப் போயிட்டு வா"ன்னு அனுப்பிவைக்கும். அந்த பத்து ரூபாய, பல லட்சம் ரூபாயா இவன் நெனச்சிப்பான். செலவே பண்ண மாட்டான்.

இந்த ஆயா கொஞ்சம் வைராக்கியமான ஆயா. அப்படி வைராக்கியமா இருந்ததால்தான், தனி ஆளா நின்னு இத்தனை புள்ளைகள வளர்த்திருக்கு. ஆயாவைக் கேக்காம யாரும் எதுவும் செய்ய மாட்டாங்க. அப்படி ஒரு பயம் கலந்த மரியாதை.

இவன் ராத்திரி எல்லாம் கண்ணு முழிச்சிப் படிச்சிட்டு இருப்பான். இவன் காஃப்காவைப் படிக்கிறானா? காம்யூவைப் படிக்கிறானா? சுந்தர ராமசாமியைப் படிக்கிறானா? சில்வியா ஃபிளாத்தைப் படிக்கிறானா? எதுவுமே ஆயாவுக்குத் தெரியாது. அதைப் பொறுத்த வரைக்கும் பேரன் படிச்சிக்கிட்டு இருக்கான். நிச்சயம் பெரிய ஆளா வருவான்னு நெனப்பு. பரீட்சைக்குப் படிக்கிறவங்களுக்குக் குடுக்குற மாதிரி, அதுவும் கூடவே முழிச்சிருந்து டீ போட்டுக் கொடுக்கும். காலையில எல்லோரும் பள்ளி, கல்லூரி, வேலைக்குப் போன பிறகும் இவன் தூங்கிக்கிட்டு இருப்பான். யாராவது சத்தமாப் பேசுனா, "பேரன் படிச்சிட்டுத் தூங்கறான், மெள்ளப் பேசுங்கடி"ன்னு விரட்டி விட்டுடும்.

பதினஞ்சு வருஷத்துக்கு முன்னால இவனோட கவிதைப் புஸ்தகத்தை பாரதிராசா வெளியிட்டாரு. பாலுமகேந்திரா, பெரியார்தாசன், பாரதிப் புத்திரன்னு நிறையப் பெரியவங்க பேசினாங்க. புத்தகப் பிரதியை பாரதிராசாகிட்ட மேடையேறி

வாங்குன ஆயா, அவரு காதுல ஏதோ சொல்ல... அவரு பேச வரும்போது, "இந்தக் கவிஞனோட பாட்டி என் காதுல, 'என் பேரன்தான், பத்திரமாப் பாத்துக்குங்க'ன்னு சொன்னாங்க... எனக்கு எங்க அப்பத்தா ஞாபகம் வந்துடுச்சி"ன்னு அழ ஆரம்பிச்சிட்டாரு. அந்த நிகழ்ச்சியே நெகிழ்ச்சியா மாறிடுச்சி. இவன் மேல அதுக்கு அப்படி ஒரு அக்கறை.

இந்த அக்கறை சில சமயம் வேற மாதிரியும் முடியும். ஒரு முறை இவனைப் பேட்டி எடுக்க ஒரு பத்திரிகை நிருபர் வீட்டுக்கு வந்தாரு. இவன் இதுவரை எழுதிய பாடல்கள், இப்ப எழுதிட்டு இருக்கிற பாடல்கள்னு எல்லாவற்றையும் அவர் கிட்ட சொல்லிட்டு இருந்தான்.

அவரு கிளம்பிப் போனதும், ஆயா இவன்கிட்ட வந்து, "இவருகூடப் பழகாத, உன்னைப்பத்தி தெரிஞ்சிட்டுப் போக வந்திருக்காரு"ன்னு சொல்லிச்சு. இவன், "இல்ல ஆயா... அதுதான் அவரோட தொழிலே, அவரு பத்திரிகை நிருபர்"னு சொன்னான். உடனே, "இப்படி வெள்ளந்தியா இருக்காதே. எல்லாத்தையும் எல்லார்கிட்டயும் சொல்லாதே"ன்னு சொல்லிட்டு உள்ள போயிடுச்சு. அதுக்கு மேல புரியவைக்க முடியாம இவனும் சரின்னு தலையாட்டுனான்.

இந்த ஆயாவுடன் தன்னோட பத்தாங் கிளாஸ் லீவுல இந்தியா முழுக்க நாப்பத்தி எட்டு நாள் பேருந்துல டூர் போனது இவனால மறக்கவே முடியாது. இப்ப நெனச்சிப்பார்த்தா, கங்கையில தொடங்கி கோதாவரி வரை இந்தியாவுல இருக்குற எல்லா நதியிலயும் நீச்சல் தெரியாமலேயே இவன் இறங்கிக் குளிச்சிருக்கான். அந்த ஆயாகிட்ட இருந்து பயத்தையும், இந்த ஆயாகிட்ட இருந்து தைரியத்தையும் இவன் மாத்தி மாத்திக் கத்துக்கிட்டான்.

இவன் தலை வழியாப் பொறக்காம, கால் வழியாப் பொறந்ததால அடிக்கடி இந்த ஆயாவுக்கு காலால சுளுக்கு எடுத்து விடுவான். இப்பவும் எப்பவாவது காலை உதறும்போது எல்லாம் இவனுக்கு அந்த ஞாபகம் வந்துடும்.

இந்த ஆயாவைப் பார்க்கும்போது எல்லாம் இவனுக்கு அப்படியே வயசான அம்மாவைப் பார்க்கிற மாதிரியே இருக்கும். கொஞ்ச நாளா, இந்த ஆயாவுக்கும் இவனுக்கும் மனஸ்தாபம். மனசுன்னு இருந்தா... மனஸ்தாபமும் இருக்கத்தானே செய்யும்?

சமீபத்துல ஒரு கல்யாணத்துல இவனைப் பார்த்ததும் ஆயா அழத் தொடங்கிடுச்சி. இவனும் கண்ணு கலங்கிப் பக்கத்துல போயி உட்கார்ந்தான். ஆயா இவன்கிட்டப் பேசலை.

அணிலாடும் முன்றில்!

"உன் பேரனுக்கு உன்கிட்ட சண்டை போட உரிமை இல்லையா?"ன்னு கேட்டான். அப்படியே இவன் கையப் புடிச்சு அணைச்சிக்கிச்சி. அந்த அணைப்புல இவன் அம்மாவைப் பார்த்தான். அவங்க அம்மாவைப் பார்த்தான். தலைமுறைக்கும் முந்தைய ஆதித் தாயைப் பார்த்தான்!

6

தாய்மாமன்

'மாமாவுக்கு அன்பைக் காட்டத் தெரியும்
ஊருக்கு வந்தால் பொட்டலங்கள் வரும்
ஊருக்குத் திரும்புகையில்
காலைக் கட்டிக்கொள்வோம்
ஏரிக்கரை வரை விட்டுப் பிடிப்பாள் அம்மா.'

– த.பழமலய்

('சனங்களின் கதைத் தொகுப்பில் இருந்து...')

திருத்தணி மிகவும் மாறி இருந்தது. நகரம் தொடங்குவதற்கு முன்பாகவே விளைநிலங்களில் மஞ்சள் கற்கள் ஊன்றப்பட்டு, புதிது புதிதாக நகர்கள் உருவாகி இருந்தன. பாசி படர்ந்த பழைய குளத்தில் காலம் பாலிதீன் பைகளையும் பிளாஸ்டிக் பாக்கெட்டுகளையும் மிதக்கவிட்டு இருந்தது. குன்றும் குன்றின் மேல் இருந்த குமரனும் மட்டும் அப்படியே இருந்தார்கள்.

படிக்கட்டுகளில் கை ஏந்தும் பிச்சைக்காரர்கள்; கலர் கலராகத் தொப்பியும், கண்ணாடியும், மணியிலும் செம்பிலும் செய்த மோதிரங்களும் விற்கும் கடைக்காரர்கள்; ஆங்காங்கே நிழலில்

அணிலாடும் முன்றில்!

இளைப்பாறும் மொட்டை அடித்த தெலுங்கு முகங்கள்; பிரசாதக் கடையில் வாங்கிய புளியோதரையின் புராதன ருசி போன்றவற்றில் மட்டும் பழைய திருத்தணியின் சாயல் படிந்து கிடந்தது.

நான் என் மகனுக்கு மொட்டையடித்துக் காது குத்துவதற்காக திருத்தணிக்கு வந்திருந்தேன். தொப்பி வாங்கிக் கொடுத்த பிறகே, மொட்டை அடிக்கச் சம்மதித்தான் மகன். என் மனைவியின் சகோதரன் அவனை மடியில் அமரவைத்து, காது குத்துவதற்கு ஆயத்தப்படுத்திக்கொண்டு இருந்தான். குழந்தைக்கு வலிக்குமே என்கிற பதற்றத்தில் நானும் மனைவியும் நின்றுகொண்டு இருந்தோம். எங்களைவிட அதிகம் பதற்றமாக இருந்தான் மைத்துனன். "பார்த்துங்க... மெதுவாக் குத்துங்க..." என்று காது குத்துபவரிடம் சொல்லிக்கொண்டே இருந்தான். கண் சிமிட்டும் நொடியில், காது குத்தி வளையத்தைத் திருகினார் அவர். காதோரம் கசிந்த சிறு துளி ரத்தத்தில் சந்தனம் தடவ, 'மாமா...' என்று தன் தாய்மாமனை வலியில் கட்டிக்கொண்டான் மகன். "மெதுவா குத்துங்கன்னு சொன்னேன்ல... ரத்தம் வருது பாருங்க" என்று மைத்துனன் கோபப்பட, அவர் 'இதெல்லாம் சகஜம்' என்பதுபோல புன்னகைத்துக்கொண்டே தட்சணை கேட்டார்.

முன்புக்கும் முன்பு இதே திருத்தணியில் தாய், தந்தை பதற்றமாக உடனிருக்க, தாய்மாமன் மடியேறி நானும் காது குத்திக்கொண்டேன். ஞாபகக்கிடங்கில் அந்த நாளின் மிச்சங்கள் இன்று இல்லை எனினும், வலி தாளாமல் 'மாமா' என்று என் தாய்மாமனை நானும் இறுகப் பிடித்திருந்து இருப்பேன்.

தந்தையைப் புறந்தள்ளி தாய்மாமனை முன்னிறுத்தும் சடங்குகளின் வேரைப் பல அறிஞர்கள் பல தருணங்களில் ஆராய்ந்தறிந்து எழுதி இருக்கிறார்கள்.

தாய்வழி சமூகத்தில் தாய்மாமனின் முக்கியத்துவத்தை, வரலாறும் வாழ்வும் அவ்வப்போது சொல்லிக்கொடுத்துக்கொண்டே வருகின்றன. தொன்ம ஆய்வுகள் ஆயிரம் காரணங்கள் சொன்னாலும், அன்று அவ் வேளையில் தன் மாமனின் மடியில் என் மகன் அமர்ந்திருந்த காட்சியைப் பார்க்கையில், என் மனதில் தோன்றிய உணர்வுகள் இவை... 'இதோ உன் மடியில் அமர்ந்திருக்கும் குழந்தைக்கு நீ தாய்மாமன். இவன் உன் சகோதரியின் உதிரம். அலைக்கழித்தோடும் இவன் உதிர நதியில் உன் வம்சத்தின் துளியும் கலந்திருக்கிறது. இவனைப் பெற்றவர்கள் பக்கத்தில் இருந்தாலும், காலம் முழுவதும் இவன் மீது காயம் படாமலும், காற்று படாமலும் காக்க வேண்டியது உன் கடமை. தாய்மாமன் என்பவன் உண்மையில் ஒவ்வொரு குழந்தைக்கும் ஓர் ஆண் தாய்!"

விகடன் பிரசுரம்

சென்னைக்குத் திரும்பி வருகையில் என் நினைவுகள் பின்னோக்கி நகர்ந்தன. நான் என் தாய்மாமன்களை நினைத்துக் கொண்டேன்.

அம்மாவுடன் பிறந்த ஆண்கள் மொத்தம் ஐந்து பேர். ஓர் அண்ணன், நான்கு தம்பிகள். ஐந்து மாமாக்களும் கூட்டுக் குடும்பமாக ஆயாவுடன் வசித்தபடியால், கோடை விடுமுறை எனக்குக் குதூகல விடுமுறையாக இருக்கும்.

எத்தனை விதமான விளையாட்டுகள். கன்னங்களை உப்பவைத்து பலூனாக்கிக் காட்டவும்; பின் காற்று போக அதை உடைக்கவும்; சாட்டைத் தவ்வலில் மேலேற்றி உள்ளங்கையில் குறுகுறுக்கும் பம்பரங்களைக் கை மாற்றிவிடவும்; சாக்லேட் உறைகளை எட்டாக மடித்து மேற்புறம் திருகி, தலையாக்கி பாவாடை விரித்து ஆடும் சிறுமியாக மாற்றிப் பிரமிப்பூட்டவும்; மொட்டை மாடி மாலையில் மேகங்களை உரசியபடி காற்றாடிவிடக் கற்றுத்தரவும் மாமாக்களால் மட்டுமே முடியும்.

இப்போது யோசிக்கையில், பால்ய காலங்களில் தகப்பன்களைவிடத் தாய்மாமன்களே எல்லாக் குழந்தைகளையும் அதிக நேரம் தூக்கிவைத்து விளையாடி இருப்பார்கள் என்று தோன்றுகிறது.

ஒவ்வொரு குழந்தையும் தன் மனதில் உருவாகும் கதாநாயக பிம்பத்தை முதலில் தகப்பனிடம் இருந்தும், பின்பு தாய்மாமனிடம் இருந்தும் பெற்றுக்கொள்கிறார்கள். மாமாவைப்போல ஸ்டெப் கட்டிங் வைத்துக்கொள்வது; பெல் பாட்டம் வைத்த பேன்ட் போடுவது; பின் பாக்கெட்டில் இருந்து சின்ன சீப்பை எடுத்து

மாமாவைப்போலவே ஸ்டைலாக இல்லாத மீசையைச் சீவுவது; தலையணைகளைத் தண்டாலாக்கி உடற்பயிற்சி செய்து மாமாவைப்போலவே கைகளை மடக்கி எலி வரவழைத்துக் காட்டுவது என மாமாக்களின் பாதிப்பில்தான் நாங்கள் வளர்ந்தோம்.

உள்ளங்கையில் இருந்து தனித்தனியாகக் கிளை பிரியும் ஐந்து விரல்களைப்போல் ஒவ்வொரு மாமாவும் ஒவ்வொரு விதம். ஒவ்வொரு வார்ப்பு!

ஒரு மாமா, கட்டை விரலைப்போல் வாழ்வின் வெற்றியையே முன்னிறுத்திக்கொண்டு இருப்பார். சின்ன வயதில் அன்னாசிப் பழ வடிவில் இருந்த உண்டியல் வாங்கித் தந்து, “பணம் இருந்தாதான் எல்லோரும் மதிப்பாங்க” என புத்திமதி சொல்லி, சேமிக்கக் கற்றுத்தந்தார். ஆனால், எந்த மாமா சொல்லி... எந்தப் பிள்ளை

விகடன் பிரசுரம்

அணிலாடும் முன்றில்!

கேட்டது? இன்று வரை, சேகரித்த உண்டியல்களில் தென்னங்குச்சி செருகி காசு எடுப்பதுதான் என் வழக்கமாக இருக்கிறது.

இன்னொரு மாமா, ஆட்காட்டி விரலைப்போல் புதிய புதிய திசைகளை எங்களுக்கு அறிமுகப்படுத்தினார். எத்தனையோ திரைப்படங்களுக்கு அவருடன் நான் சென்றிருக்கிறேன். டூரிங் டாக்கீஸ் முதல் டால்ஃபி சவுண்ட் வரை நீண்ட நெடிய பட்டியல் அவை. அந்த மாமாவுக்கு எம்.ஜி.ஆரும் பிடிக்கும், சிவாஜியையும் பிடிக்கும். ஆதலால் நானும் 'ஆயிரத்தில் ஒருவன்' கத்திச் சண்டையில் எம்.ஜி.ஆருடன் ஆக்ரோஷப்பட்டு, 'பாகப்பிரிவினை'யில் சிவாஜியுடன் அழுது இருக்கிறேன். கச்சிதமாக அளவெடுத்து, எனக்கான துணிகளைத் தைத்துக் கொடுப்பார். இன்று வரை எந்த ஆயத்த ஆடைகளிலும் அவரது கைநேர்த்தியை நான் கண்டதே இல்லை.

பிறிதொரு மாமா, நடு விரலைப்போல் பயமுறுத்திக்கொண்டே இருப்பார். வெயிலில் விளையாடக் கூடாது; மதியம் கொஞ்ச நேரம் தூங்க வேண்டும்; சிந்தாமல் சாப்பிட வேண்டும்; தலை முடிக்கு எண்ணெய் தடவ வேண்டும்; ரொம்ப நேரம் டி.வி. பார்க்கக் கூடாது என அவர் சொல்லும் எல்லாவற்றையும் உம் கொட்டிக் கேட்டுக்கொள்வோம். இப்போதும் எங்காவது பார்த்தால், "ஏன் தலை முடி இவ்வளவு இருக்கு? முடி வெட்றது தானே?'' என்பார். வழக்கம்போல் உம் கொட்டி, கேட்டுக்கொள்வேன்.

அடுத்தொரு மாமா, மோதிர விரலைப்போல் பந்தாவானவர். பட்டு வேட்டி, பட்டுச் சட்டை, மைனர் செயின் பளபளக்க... என்ஃபீல்டு தடதடக்க... அவர் புறப்பட்டார் என்றால், தெருவே புகை கிளம்பும். எங்கள் எல்லோரையும் பொருட்காட்சி, கடற்கரை என அழைத்துச் சென்று ரூஃப் டாப் எனப்படும் மொட்டை மாடி உணவகங்களில் பிரியாணி வாங்கித் தருவார். முதன்முதலில் நான் 'நான்' உண்டது அவரோடுதான். அவரால் வானத்துக்குக் கீழே இருக்கிற எல்லாவற்றையும் வாங்கித் தர முடியும் என்று நாங்கள் நம்பினோம். எங்கள் நம்பிக்கையை அவர் அறிந்து இருந்தால், 'அதுக்கென்ன... வானத்தையும் சேர்த்து வாங்கலாம்' என்று சொல்லி இருப்பார்.

கடைசி மாமா, சுண்டு விரலைப்போல் எல்லாவற்றையும் விட்டு தள்ளியும், சேர்ந்தும் இருப்பார். அநேகமாக, எல்லா வாண்டுகளையும் மேய்க்கும் பணி இவரிடமே அதிகம் ஒப்படைக்கப்படும். மாமாக்களில் நண்பர்கள் அதிகம் உள்ள மாமா இவர்தான். யாராவது இவரைத் தேடி வந்துகொண்டே இருப்பார்கள்.

விகடன் பிரசுரம்

ஒரு முறை லயோலா கல்லூரியில் தங்கிப் படிக்கும் ஒரு நீக்ரோ இளைஞன் மாமாவைத் தேடி வந்தபோது, "எங்க மாமாவுக்கு ஆப்பிரிக்காவில்கூட ஃப்ரெண்ட்ஸ் இருக்காங்களே..." என்று நாங்கள் பெருமையாகப் பேசிக்கொண்டோம். சமீபத்தில் வீட்டுக்கு வந்தபோது, என் மகனை ரொம்ப நேரம் தன் மடியில் வைத்துக்கொண்டு இருந்தார். மகனுக்குப் பதிலாக நானே அவர் மடியில் அமர்ந்திருப்பதுபோல் இருந்தது அந்தக் காட்சி.

இப்படி இந்த ஐந்து மாமாக்களும் என் பால்யத்தைக் காயப்படாமல் பார்த்துக்கொண்டார்கள். எனக்காகப் பெண் பார்த்து; திருமணத்தில் ஓடியாடி வேலை செய்து; மாப்பிள்ளைத் தோழனாக உடன் நின்று என வழி நெடுகப் ப்ரியம் செய்தார்கள். என் தாய் உதிரத்தின் மிச்சம் என அவர்களை நானும், தன் தமக்கை உதிரத்தின் மிச்சம் என என்னை அவர்களும் நினைத்தபடி நகர்கிறது வாழ்க்கை!

7

அத்தை

'பண்டம் சுடுகிற வாசனையுள்ள வீடு எவ்வளவு அருமையானது! அதுவும் சொந்த வீட்டு அடுக்களையில், மண் அடுப்பில், விறகு எரித்துச் சுடுகிற நேரத்தின் நெருப்பும், அடுப்பின் உட்பக்கத்துத் தணலும், தணலின் சிவப்பில் ஜொலிக்கிற அம்மா அல்லது ஆச்சி அல்லது அத்தைகளின் முகமும் எவ்வளவு ஜீவன் நிரம்பியது!'

– **வண்ணதாசன்**

('வண்ணதாசன் கடிதங்கள்' தொகுப்பில் இருந்து...)

தீபாவளி முடிந்து விரதம் இருந்து நோன்பு எடுத்து, ஆயா அதிரசம் சுடத் தொடங்கும். நான் அடுப்பின் பக்கத்திலேயே அமர்ந்துகொள்வேன். வெல்லத் துண்டுகள் பாகாக மாறுவதை; பாகில் பச்சரிசி மாவும் ஏலக்காயும் சேர்ந்து வட்ட வடிவம் பெறுவதை; வாழை இலையில் இருந்து விடுபட்டு, அந்தச் சிறு வட்டம் எண்ணெயில் மிதந்து சிவந்து அதிரசமாக வெளிவரும் அதிசயத்தை; ஆச்சர்யமாகப் பார்த்துக்கொண்டு இருப்பேன்.

படைப்பதற்கு முன்பு எடுத்துச் சாப்பிட்டால், சாமி கண்ணைக் குத்திவிடும் என்பது தெரிந்திருந்தும் நான் ஆயாவுக்குத் தெரியாமல் முதல் அதிரசத்தைத் தின்றிருப்பேன். காலம் காலமாக ஆயாக்கள்

விகடன் பிரசுரம்

இப்படித்தான் வடை சுடுகிறபோது காக்கைகளிடமும்; தின்பண்டங்கள் சுடுகிறபோது பேரன்களிடமும் பறிகொடுத்து விடுகிறார்கள். பின்பும் நாலைந்து அதிரசங்களைத் திருடி, இரவு உறங்குகையில் கனவில் கண்ணைக் குத்த வரும் சாமியிடம் மன்னிப்புக் கேட்டுவிட்டு, விளையாடக் காத்திருக்கும் கூட்டாளிகளைத் தேடி ஓடுவேன்.

அணிலாடும் முன்றில்!

திரும்பி வருகையில், ஆயா அத்தனையும் சுட்டு முடித்திருக்கும். பரணில் இருந்து சிறிய பித்தளை அண்டாக்கள் இறக்கிவைக்கப்பட்டு, அதில் அதிரசங்களை எண்ணிவைக்கும் பணி தொடங்கும். ஒவ்வொரு அண்டாவிலும் 101 அதிரசங்களை எண்ணிவைக்கும் பொறுப்பு என்னிடம் ஒப்படைக்கப்படும். ஒவ்வொன்றாக எண்ணிக்கொண்டு இருக்கும்போதே விடுமுறை முடிந்து திறக்க இருக்கும் பள்ளிக்கூடமும் செய்யாத வீட்டுப் பாடமும் எதிரில் நின்று பயமுறுத்தும். அதிரசங்களை எண்ணுவதைப்போலவே அல்ஜீப்ரா கணக்கும் சுலபமாகவும், தித்திப்பாகவும் இருக்கக் கூடாதா என்று நினைத்துக்கொள்வேன்.

எல்லா அண்டாவிலும் மஞ்சள் துணி போட்டு மூடி, சாமிக்குப் படைத்து ஆயா, அப்பா முன்பு நிற்கும். அப்பா, அத்தைகளுக்கு தீபாவளி சீர் காசு தனித்தனியாக எண்ணி ஆயாவிடம் கொடுப்பார். அப்பாவுடன் பிறந்தவர்கள் இரண்டு அக்கா, இரண்டு தங்கை என நான்கு பேர். நான்கு அத்தைகளின் வீடுகளுக்கும் அண்டா நிறைய அதிரசத்துடன் சீர் காசும் எடுத்துக்கொண்டு ஆயாவுடன் நானும் கிளம்புவேன்.

முதலில் பெரிய அத்தை வீடு. பெரிய அத்தை அப்போது திருத்தணியில் வசித்தது. குடும்பத்தின் முதல் பெண். ஆயாவுக்கும் அத்தைக்கும் 15 வயதுதான் வித்தியாசம். ஆகவே, இருவரும் பார்ப்பதற்கு அக்கா - தங்கைபோலவே இருப்பார்கள். அந்தக் காலத்தில் பி.யூ.சி. முடித்து சமூக நலத் துறையில் கிராம சேவகியாக வேலை செய்தது. கிராமம் கிராமமாகச் சுற்றி வரும் பணி.

குடும்பத்தின் முதல் புரட்சிப் பெண் என்கிற பட்டத்தை வாங்குவதற்காக, தபால் துறையில் வேலை செய்த மாமாவை அத்தை காதலித்துத் திருமணம் செய்தது. சாதிவிட்டு சாதி தாவி நடக்கும் காதல் திருமணங்கள் 1960-களில் கொலைக் குற்றத்தைவிடக் கடுமையானதாகக் கருதப்பட்டது. ஆதலால், அத்தை வாங்கிய புரட்சிப் பெண் பட்டம் எங்கள் பங்காளிகளுக்குப் பிடிக்காமல், அதற்கடுத்து ஒரு 20 ஆண்டுகள் எந்த விசேஷத்துக்கும் அழைக்காமல் எங்கள் குடும்பத்தையே தள்ளிவைத்து இருந்தார்கள். ஏதோ ஒரு பங்காளியின் மரண வீட்டில் மீண்டும் எல்லோரும் இணைந்தார்கள். எல்லோரையும் இணைக்கும் ஒரே புள்ளி... காதலுக்கு அடுத்து, மரணமாகத்தானே இருக்க முடியும்?

பெரிய அத்தை, பத்திரிகைகளில் வரும் தொடர்கதைகளைக் கத்தரித்து, பைண்டிங் செய்து, திரும்பத் திரும்ப எடுத்துப் படிக்கும். வளையம் வளையமாகவும், கலர் கலராகவும் விற்கும் வயர்களை வாங்கி வந்து, திண்ணையில் அமர்ந்து கைப்பிடி வைத்து கூடைப்

பைகள் பின்னும். தான் வேலை பார்க்கும் அத்தனை கிராமங்களுக்கும் என்னையும் உடன் அழைத்துச் சென்று, மதிய வேளைகளில்... கூரை வேய்ந்து, புகை அடர்ந்த உணவகங்களில் பிரியாணி வாங்கிக் கொடுக்கும். கமல், ரஜினி நடித்து வெளியாகும் திரைப்படங்களுக்கு முதல் நாளே கூட்டிச் சென்று பாடல் காட்சிகளில் கதாநாயகி எத்தனை உடை அணிந்திருந்தாள் என்று எண்ணி 'பதினேழு டிரெஸ் மாத்தியிருக்கா' என்று அதிசயிக்கும்.

பெரிய அத்தைதான் தனக்குப் பின் இருந்த தங்கைகளையும் தம்பியையும் படிக்கவைத்துத் திருமணங்கள் செய்துவைத்தது. காதலைக் கொடுத்த திருமணம், அத்தைக்கு குழந்தையைக் கொடுக்கவில்லை. நான் பிறந்தபோது என்னைத் தத்து எடுத்துக்கொள்ளப் போவதாக அம்மாவிடம் அத்தை கேட்டதாம். 'தலைச்சம் பிள்ளையை யாராவது தத்துக் கொடுப்பாங்களா' என அம்மா மறுத்துவிட்டதாம். அம்மா இறந்து 15 வருடங்கள் கழித்து, முக்கிய சேவகியாகப் பணியாற்றி, பணி ஓய்வின்போது அப்பாவின் அனுமதியுடன் அத்தை என்னை ஸ்வீகாரப் பிள்ளையாகத் தத்து எடுத்துக்கொண்டது. பக்கத்துத் தோட்டத்துக்கும் சேர்த்துப் பூக்கும் ரோஜாவாக நான் மாறினாலும், வேரையும் வேரடி மண்ணையும் யார் மாற்ற முடியும்?

ஆக மொத்தம், பெரிய அத்தை அன்பின் மறு உருவம். நெல் வயலில் ரோஜாகூட களைதான் என்று எழுத்தாளர் பா.செயப்பிரகாசம் ஒரு சிறுகதையில் எழுதியது போல அதிகப்படியான அன்பும் சுமைதான் என்பதை அடிக்கடி நான் உணர்ந்தும் குடை பிடித்தபடி அதன் அன்பு மழையில் நனைந்துகொண்டு இருப்பேன்.

அடுத்து, இரண்டாவது அத்தையின் வீடு. காஞ்சிபுரத்தில் கலெக்டர் ஆபீஸ் பக்கத்தில் வீடு ஆகையால், எங்களுக்கு கலெக்டர் ஆபீஸ் அத்தை. இந்த அத்தை எப்போதும் எங்களைவிட்டுக் கொஞ்சம் தள்ளியே இருக்கும். உயர்நிலைப் பள்ளி ஒன்றில் டீச்சர் வேலை செய்து வந்தது. அப்பா எஸ்.எஸ்.எல்.சி. ஃபெயிலாகி, விட்டேத்தியாக சுற்றிக்கொண்டு இருந்தபோது அவரை அழைத்து, தான் வேலை பார்த்த பள்ளியில் சேர்த்து, தன் நேரடிக் கண்காணிப்பில்வைத்துத் தேர்ச்சியடையச் செய்து, ஆசிரியர் பயிற்சி வகுப்புக்கு அனுப்பித் திசை மாற்றிவிட்டது இந்த அத்தைதான்.

இப்போதும் என்னைப் பார்க்கும்போது எல்லாம், 'விட்டிருந்தா, உங்க அப்பன் கள்ளச் சாராயம் காய்ச்சுறவங்ககூட சுத்திட்டு இருந்திருப்பான். நான்தான் படிக்கவெச்சு, வேலை வாங்கிக்

கொடுத்தேன்' என்று பெருமையாகச் சொல்லும். 'சின்னக்கா... சின்னக்கா' என்று அப்பா இந்த அத்தை மேல் உயிரை வைத்திருந்தார். எப்போது தீபாவளி சீர் எடுத்துச் சென்றாலும், 'இதை யாரு இங்க சாப்பிடுவா? இருக்கறதையே சாப்பிட முடியல' என்று அங்கலாய்க்கும். ஆனால், எங்கள் முன்பாகவே அவற்றைப் பாகம் பிரித்து... பக்கத்து, எதிர் வீடுகளுக்கு 'அம்மா வீட்ல இருந்து வந்துச்சி' என்று கொடுத்துவிட்டு வரும். பெருமைக்குப் பின்பு இருந்தும் அன்பு பீறிடத்தானே செய்கிறது.

சமீபத்தில் இந்த அத்தையின் பேரக் குழந்தையின் காது குத்து நிகழ்ச்சிக்குச் சென்று இருந்தேன். அப்பா இறந்த பிறகு, நான் கலந்துகொண்ட முதல் குடும்ப நிகழ்ச்சி. 'என் தம்பிக்குப் பதிலா, தம்பி பையன்தான் தாய் மாமனா இதைக் குடுப்பான்' என்று சீர்வரிசைத் தட்டை என் கையில் கொடுத்து, சம்பந்தியிடம் கொடுக்கச் சொன்னது. ஒரு கணம் நான் அப்பாவாக மாறி, மீண்டும் நானானேன்.

மூன்றாவது அத்தை, அப்போது தாம்பரத்தில் வசித்தது. இந்த அத்தை மாமா அப்போது தாம்பரத்துக்குப் பக்கத்தில் கார் தயாரிக்கும் தொழிற்சாலை ஒன்றில் வேலை செய்து வந்தார். பல வருட வேலை நிறுத்தத்துக்குப் பின் தொழிற்சாலை மூடப்பட்டு, பின்பு எங்களுடன் வந்து அத்தையின் குடும்பம் வசிக்க ஆரம்பித்தது. வாழ்ந்து கெட்ட குடும்பத்தின் வைராக்கியத்தை இப்போதும் இந்த அத்தை முகத்தில் பார்க்கலாம். ஒவ்வொரு முறை ஊருக்குச் செல்லும்போதும், 'சம்பாதிக்கும்போதே ஏதாவது இடம் வாங்கிப் போடு. என்னை மாதிரி விட்டுடாதே...' என்று அறிவுரை சொல்லும். இப்போதும் நான் வாடகை வீட்டில் வசிப்பது குறித்து, எல்லா சொந்தங்களைப்போலவே இந்த அத்தைக்கும் பெரும் வருத்தம். பூமியே ஒரு வாடகை வீடுதான் என்பது கவிஞனின் பெருமிதம்.

நான்காவது அத்தையின் வீடு, வந்தவாசியில் இருக்கிறது. நான் பிறந்தபோது, இந்த அத்தைக்குத் திருமணம் ஆகவில்லை. ஆகையால், என் பால்ய காலம் இந்த அத்தையின் விரல் பிடித்து வளர்ந்தது. அத்தைகளால் வளர்க்கப்படும் குழந்தைகள், தேவதைகளால் ஆசீர்வதிக்கப்பட்டவர்கள்.

இப்போது நினைத்தாலும், தாவணி அணிந்த ஒல்லியான அந்தப் பழைய அத்தையின் முகம்தான் எனக்கு ஞாபகம் வரும். தன் தோழிகளுடன் கோயிலுக்குப் போகையில், டென்ட்டுக்குப் படம் பார்க்கப் போகையில், துணைக்கு என்னையும் கூட்டிச் செல்லும். ஜான் பிள்ளை என்றாலும், ஆண் பிள்ளை அல்லவா. பிள்ளைப்

பருவத்தில் நான் செய்த குறும்புகளை இந்த அத்தை ஒவ்வொன்றாக சொல்லச் சொல்ல... நாளெல்லாம் கேட்டுக் கொண்டே இருப்பேன்.

ஒரு முறை இந்த அத்தைக்குக் கல்யாணமான புதிதில், மாமாவுடன் சினிமாவுக்குப் போகையில் என்னையும் கூட்டிச் சென்றதாம். படம் முடிந்து முனியாண்டி விலாஸில் எல்லோரும் சாப்பிட்டுக்கொண்டு இருக்கையில், அந்த மாமா 'இன்னும் ஒரு பிளேட் குஸ்கா குடுங்க' என்று சர்வரிடம் சொன்னாராம். நானும் சர்வரை அழைத்து, 'எனக்கும் ஒரு பிளேட் குடுங்க' என்று கேட்க, அவர் 'என்ன வேணும்?' என்று கேட்டாராம். 'அதுதான் இந்த மாமா சொன்னாரே ஏதோ கா... அந்த கா குடுங்க' என்றேனாம். ஹோட்டலே சிரித்ததாம். இன்றும் எந்த ஹோட்டலில் குஸ்கா ஆர்டர் செய்யும் போதும், இந்தச் சம்பவம் எனக்கு ஞாபகம் வரும். கூடவே, அன்று செல்லமாக என் தலையில் மாமா குட்டிய மோதிரக் குட்டும்.

எல்லா அத்தை வீடுகளுக்கும் சென்றுவிட்டு, ஆயாவும் நானும் அகாலத்தில் வீடு திரும்புவோம். பண்டிகை முடிந்து வீடு மீண்டும் தனிமையைச் சூடிக்கொள்ளும்.

இங்கே இப்போது நான் வசிக்கும் சாலிகிராமம் பெட்டிக் கடையில், பாக்கெட்டுகளில் அடைத்து அதிரசம் விற்கிறார்கள். எப்போதாவது வாங்கி அதைப் பிரிக்கையில், அதன் ஒவ்வொரு துண்டில் இருந்தும் வெளியே குதிக்கிறார்கள், ஒரு குட்டிப் பையனும் அவனது ஆயாவும், நான்கு அத்தைகளும்!

8

தாத்தா

'நலமோடு இருப்பேன் இந்நகரில்
பின்தொடர்ந்து வரும் நீ திரும்ப வேண்டும்.
உன் ரூபமற்ற வருகையை உணர்ந்து
இலைகளும் பூக்களும்
சலனிக்கின்ற இத்தெருவில்.
திரும்பவும் சொல்கிறேன் தாத்தா
உன் பேரனாகிய நான்
பத்திரமாக இருப்பேன் இந்நகரில்!'

— சீனு ராமசாமி

('ஒரு வீட்டைப் பற்றிய உரையாடல்' தொகுப்பில் இருந்து...)

மாலையில் ஒருநாள் மகனுடன் பூங்காவுக்குச் சென்று இருந்தேன். மாநகரத்துப் பறவைகள் வந்தமர்ந்து சிறகிசைக்கக் கொஞ்சம் மரங்களும்; மரத்திடை விரியும் மஞ்சள் வெளிச்சமும்; அந்த மஞ்சள் வெளிச்சமே மகரந்தமாகிச் சூல்கொண்டு பூத்ததுபோல் தரையெங்கும் சிதறிக்கிடக்கும் மஞ்சள் கொன்றைப் பூக்களும் பூங்காவை ஆசீர்வதித்துக்கொண்டு இருந்தன.

நுழைவாயிலில், குழந்தைகளுக்குப் பிடித்தமான பலூன்கள், நீண்ட கழியில் ரப்பர் பேண்டுகளால் கட்டப்பட்டு, காற்றில் கையாட்டியபடி விற்பனைக்குக் காத்திருந்தன. பக்கத்தில் ஒரு துருப்பிடித்த ரங்கராட்டினம், சின்னஞ்சிறு பெட்டிகளில் மயில், யானை, சிங்கம், வாத்து போன்றவை வரையப்பட்டு, இரண்டிரண்டு குழந்தைகளாக எதிரெதிரே அமரவைத்து, ஆகாயத்துக்கும் பூமிக்குமாக அடிவயிற்றுப் பயத்துடன் சுற்றிக்கொண்டு இருந்தது. பஞ்சுமிட்டாய், வேர்க்கடலை என அடுத்தடுத்த வண்டிகள் அந்த இடத்தைச் சிறுவர்களுக்கான சந்தையாக மாற்றியிருந்தன.

பூங்காவில் நுழைந்து, ஆங்கோர் ஊஞ்சலில் ஆடிக்கொண்டு இருந்தான் மகன். அடுத்தொரு சீஸா; அப்புறம் சறுக்கு மரம்; பின்பும் கை வலிக்கும் வரை ஊஞ்சல் என அவனது தினசரித் திட்டங்கள் தெரிந்தபடியால், கண்காணிப்பு வளையத்துக்குள் அவனைவிட்டுவிட்டு, அருகில் இருந்த சிமென்ட் பெஞ்சில் அமர்ந்தேன்.

எனக்குப் பக்கத்தில் நான்கைந்து முதியவர்கள் அமர்ந்து பேசிக்கொண்டு இருந்தார்கள். நடைப் பயிற்சிக்குப் பின் வழக்கமாக மாலையில் கூடும் ஜமா. சாப்பிட்ட மாத்திரைகள்; சர்க்கரைக்கு எடுத்துக்கொண்ட ஊசி; சமீபத்தில் காலமான பால்ய சிநேகிதனின் மரணத்துக்குச் சென்று வந்தது; முதுகு வலி; தேர்தல்; மருமகளின் காபி; தீர்க்க முடியாத அன்றைய சுடோகு என அரட்டைக் கச்சேரி தொடர்ந்து கொண்டு இருந்தது.

கொஞ்சம் அவதானிக்கையில், அவர்களின் கண்காணிப்பு வளையத்துக்குள்ளும் அவரவர் பேரன்களோ, பேத்திகளோ இருப்பதை அறிய முடிந்தது. மாலை முதிர்ந்து இரவுக்குள் விழுந்துகொண்டு இருந்தது. பூங்காவைக் கொசுக்களிடம் ஒப்படைத்துவிட்டு, கேட்டைப் பூட்டுவதற்குள் மகனுடன் வெளியேறினேன். எனக்கு முன்பாக, அந்தப் பெரியவர்கள் தத்தம் பேரன், பேத்திகளின் விரல்கள் பிடித்தபடி இருட்டுக்குள் நடந்து கரைந்துபோனார்கள்.

அப்பா - மகன் உறவுக்கும்; தாத்தா - பேரன் உறவுக்கும் என்ன வித்தியாசம் என நான் யோசிக்க ஆரம்பித்தேன்.

அப்பா - மகன் உறவில், ஒரு ப்ரியம்; ஒரு வாஞ்சை; ஒரு தோழமை; ஒரு கண்டிப்பு; ஒரு கவனம்; ஒரு கவலை; ஒரு பதற்றம்; எல்லாவற்றுக்கும் மேல் ஓர் எதிர்பார்ப்பு எங்கோ அடி ஆழத்தில் ஒளிந்துகிடக்கிறது.

மாறாக, தாத்தா - பேரன் உறவில்... ப்ரியமும், வாஞ்சையும், தோழமையும் தாண்டி இருவருக்குள்ளும் ஒரு குழந்தமை

அணிலாடும் முன்றில்!

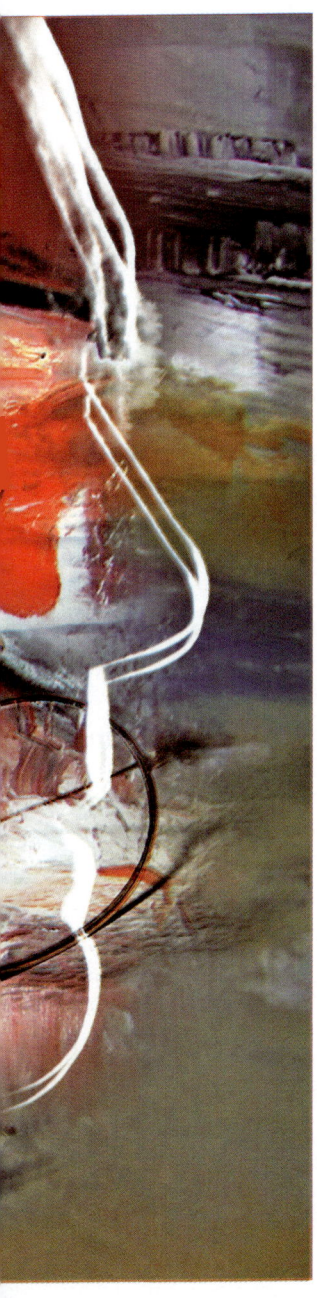

ஆயிரமாயிரம் வண்ணங்களுடன் தலை காட்டுகிறது. கடவுளுக்கு அருகில் இருப்பவர்கள் குழந்தைகளும் முதியவர்களும் மட்டுமே. ஆகவே, அந்த உறவில் ஒரு தெய்விகத் தன்மையைத் தரிசிக்க முடிகிறது.

ஒவ்வொரு மனிதனும் முதுமையின் கடைசிப் படிக்கட்டில் கால்வைக்கும் அதே நேரம், காலச் சக்கரத்தில் திரும்பி வந்து, குழந்தமையின் முதல் படிக்கட்டிலும் கால் வைக்கிறான். பால்யத்தின் கண்கள் வழியாகப் பார்க்கையில் பிரமிப்புடன் தெரிந்த இந்தப் பிரபஞ்சம், முதுமையின் கண்கள் வழியாகப் பார்க்கையில், அதே பிரமிப்பு அடங்காமல் வடிவம் காட்டுகிறது. புள்ளியாகி வளர்ந்து தேய்ந்து மீண்டும் புள்ளியாகி இணையும் புள்ளிதான் தாத்தா - பேரன் உறவோ?

தன் கிளையில் தன் வண்ணத்தையும் வடிவத்தையும் உள்வாங்கிப் பூத்த பூவைப் பற்றிய செடியின் பெருமிதம் அப்பா மகன் - உறவு எனில், தன் காலடியில் தன் விழுதும் தரை தொட்டு வேர் ஊன்றுவதைப் பார்க்கும் அமைதியின் பெருநிலையே தாத்தா - பேரன் உறவோ?

நான் பிறப்பதற்கு முன்பே அப்பாவைப் பெற்ற தாத்தா இறந்துவிட்டார். ஆதலால், அம்மாவைப் பெற்ற தாத்தாவிடம், அதுவும் கோடை விடுமுறைக்கு வரும்போது மட்டுமே தாத்தாவின் ஸ்நேகத்தை நான் உணர முடிந்தது.

ஸ்நேகம் என்ற வார்த்தைக்குள் அதை அடக்கிவிட முடியாது. இப்போது யோசித்துப்பார்க்கையில் ஒருநாளும் நான் என் தாத்தாவின் கைப்பிடித்து பூங்காவுக்கோ; கடைத்தெருவுக்கோ சென்றதாக ஞாபகம் இல்லை. சென்ற தலைமுறை ஆண்களைப் போலவே, அவர் எங்களை விட்டு விலகி

இருந்தார் அல்லது மனதளவில் நெருங்கி இருந்தார் என்றும் சொல்லலாம்.

தாத்தா என்றவுடன் அவரது முழுச் சித்திரம் தவிர்த்து ஒவ்வொன்றாக தனித் தனிச் சித்திரமாக மனசுக்குள் விரிவடைகிறது. முதலில் தாத்தாவின் கண்ணாடி. தாத்தா அறியாமல் தாத்தாவின் கண்ணாடியை அணிந்து, இந்த உலகை கிட்டப் பார்வையிலோ அல்லது தூரப் பார்வையிலோ பார்க்காத பேரன்கள் உண்டா? தாத்தா கண்ணாடியைத் துடைக்க ஒரு மஞ்சள் வெல்வெட் துணி வைத்திருப்பார். அந்தத் துணிக்குள் மடங்கி அது ஒரு சிறு பெட்டிக்குள் உறங்குவதை நாங்கள் ஆச்சர்யத்துடன் பார்த்துக்கொண்டு இருப்போம்.

பேப்பர் படிக்க; தொலைக்காட்சி பார்க்க என தாத்தா ஒவ்வொரு முறை தேடும்போதும் கண்ணாடி தொலைந்திருக்கும். படுக்கைக்கு அடியில், அலமாரிக்குப் பின்புறம் எனத் தேடி எடுத்துத் தருவோம். ஆயினும் அடுத்த முறையும் தொலைந்துவிடும். கண்ணாடிதான் தொலைகிறதா? அல்லது தாத்தாதான் வேண்டும் என்றே தொலைத்துவிடுகிறாரா என்பது கடைசி வரை எங்களுக்குப் புதிராகவே இருந்தது.

அடுத்து, தாத்தாவின் டிரான்சிஸ்டர் ரேடியோ. அதிகாலை 5 மணிக்கு எழுந்து குளித்து விட்டு, தாத்தா ரேடியோவின் காதுகளைச் செல்லமாகத் திருக ஆரம்பிப்பார்.

இலங்கையில் ஆரம்பித்து, திருச்சி, சென்னை என ஒரு சுற்று வந்து மீண்டும் இலங்கைக்கு வந்து தாத்தா நிற்கும்போது, நாங்கள் எழத் தொடங்கிவிடுவோம். நாங்கள் என்றால், நாங்கள் மட்டும் இல்லை பக்கத்து, எதிர் வீடு களில் இருப்பவர்களும்தான். சத்தமாக வைத்து அவர்களுக்கும் சேர்த்து இலவச வானொலி சேவையை தாத்தா செய்துகொண்டு இருந்தார். அந்த இலவச வானொலி சேவை பிள்ளைகளின் பரீட்சை நேரங்களில் யுத்த சேவையாகவும் மாறிவிடுவது உண்டு.

வானொலிக்கு அடுத்து தாத்தாவிடம் நாங்கள் பிரமித்தது அவரது ஈசி சேர். இருபுறமும் நீண்ட கைகள் வைத்து, சாய்கோணத்தில் ஒரு முக்கால் படுக்கையாகத் தோன்றும் அதில் இடம்பிடிக்க, எங்களுக்குள் போட்டி நடக்கும். தாத்தா தன் சக நண்பர்களைக் காண வெளியே சென்று இருக்கும் நேரத்தில் மட்டுமே இந்தப் போட்டி. மற்றபடி, அந்த ஈஸி சேரில் அமர யாரையும் தாத்தா அனுமதித்தது இல்லை. பகல் கனவுகளுடன் நீண்ட தாத்தாவின் உறக்கங்கள் இன்னமும் அந்த பழைய ஈஸி சேரில் உறைந்துகிடக்கின்றன.

விகடன் பிரசுரம்

தாத்தா எதிலும் ஓர் ஒழுங்கைக் கடைப்பிடித்து வந்தார். அதிகாலையில் எழுந்தவுடன் குளித்துவிட்டு சாமி படங்களுக்கு முன் நின்று, தேவாரம், திருவாசகம் என ஊனுருகிப் பாடுவார். பின்பு, முன்பு சொன்ன வானொலி ராஜ்ஜியம். 8 மணிக்கு இரண்டு இட்லிகள். பகல் 12 மணிக்கு பருப்பு சாதமும் கீரையும். வாரம் இருமுறை அவற்றுடன் மீன். பிற்பகல் உறக்கத்துக்குப் பிறகு தெரு நண்பர்களுடன் அரட்டை. இரவு 8 மணிக்கு சப்பாத்தி. 8.05-க்கு விளக்கை அணைத்து உறங்கிவிடுவார்.

இந்த ஒழுங்கை அவர் கடைசி வரை காப்பாற்றி வந்தார். பகல் 12 தாண்டியும் சாப்பாடு வரவில்லை என்றால், எதுவும் பேசாமல் அருகில் இருக்கும் ஹோட்டல்களில் சாப்பிட்டு வந்து படுத்துவிடுவார். அப்படி அவர் செய்தார் என்றால், அது ஆயாவுக்கும் வீட்டில் உள்ள மாமிகளுக்கும் பெருத்த அவமானமாகக் கருதப்பட்டது. ஆகையால், அடித்துப் பிடித்து வேலை செய்வார்கள். அதே போல், இரவு 8-க்குப் பிறகு யாரும் தொலைக் காட்சி பார்க்கக் கூடாது. ஓசை செய்யாமல் உறங்க வேண்டும். நாங்கள் வளர வளர... தாத்தாவின் இந்தக் குணம் ஆணாதிக்கத்தின் எச்சமா... அடக்கு முறையின் உச்சமா... ஒழுங்கு முறையின் மிச்சமா எனக் குழம்புவது உண்டு!

நான் அறிந்து ஆயாவும் தாத்தாவும் பேசிக்கொண்டதே இல்லை. நான் பிறப்பதற்கும் முன்பாகவே அவர்களிடையே பேச்சுவார்த்தை நின்றிருந்தது. கல்யாணங்களில் பாத பூஜை செய்ய அழைக்கும்போது மட்டும், இருவரும் சேர்ந்து நிற்பார்கள். எந்தத் தருணத்தில் அவர்களுக்குள் இடைவெளி விழுந்தது? ஏன் இருவரும் பேசிக்கொள்வதே இல்லை? அந்த சிறு வயதில் எங்கள் மனம் என்னும் எல்லையை மீறிய கேள்விகள் இவை. மனக்கடலில் குதித்து முத்தெடுத்தவர் எவர் உளர்?

தாத்தா மீது எனக்குச் சிறு குற்றச்சாட்டு இருந்தது உண்டு. தன் பிள்ளைகள் மூலம் பிறந்த பேரன்களிடம் காட்டும் அதே பாசத்தை, தன் பெண்கள் மூலம் பிறந்த பேரன்களான எங்களிடம் காட்டுவது இல்லை என்பதே அது. பெண் குழந்தையின் வாரிசு இன்னொரு வம்சத்தின் விழுது அல்லவா என்கிற பாரபட்சம் காட்டுகிறாரோ என்றும் நினைப்பேன். ஆனால், அப்படியும் சொல்லிவிட முடியாது. இதே தாத்தாதான் ஏதோ ஒரு விசேஷத்துக்கு காஞ்சிபுரம் வந்திருக்கையில், நான் வீட்டில் இல்லை என்று அறிந்து, என் பள்ளிக்கே வந்து, பள்ளி முடியும் வரை மெயின் கேட்டில் காத்திருந்து, ஆயிரக்கணக்கான யூனிஃபார்ம் முகங்களில் என் முகத்தை அடையாளம் கண்டு, இந்தியன் காபி ஹவுஸில்

அணிலாடும் முன்றில்!

ரவா தோசையும் காபியும் வாங்கித் தந்து, 100 ரூபாய் கொடுத்துவிட்டுச் சென்றார்.

வருடங்களுக்கும் முன்பு தாத்தா இறந்தபோது சேர்த்துவைத்த அத்தனை அன்பும் ஆயாவிடம் இருந்து அழுகையாக வெளிவந்தது. எனக்கு ப்ளஸ் டூ பரீட்சை நடந்துகொண்டு இருந்த காலமாகையால், நெய்ப் பந்தம் பிடித்துவிட்டு, இடுகாட்டில் இருந்து நேராக ஊர் திரும்பினேன்.

வழி முழுக்க தாத்தா வாங்கித் தந்த ரவா தோசையும்; பாக்கெட்டில் அவர் திணித்த 100 ரூபாயும் வந்துகொண்டே இருந்தன!

9

சித்தி

'சித்திக்கு, தந்திர உபாயங்களோ நிர்வாகத்துக்குத் தேவையான முரட்டுக் குணங்களோ கொஞ்சம்கூடத் தெரியாது. இருப்பினும், சித்திப் பேச்சுக்கு மறு பேச்சில்லை. சித்தி, உருட்டல் மிரட்டல் என்றால் என்னவென்று அறியாத பெண்!'

– வண்ணநிலவன்

('எஸ்தர்' சிறுகதையில் இருந்து...)

அம்மா இறந்து ஐந்து வருடங்கள் கழித்து, அப்பா இரண்டாவது திருமணம் செய்துகொண்டார். வீட்டுக்கு வரும் ஒவ்வொரு முறையும் உறவினர்கள் அப்பாவிடம் பேசிப் பேசி, அவர் மனதைக் கரைத்து, இரண்டாவது கல்யாணத்துக்குச் சம்மதிக்க வைத்திருந்தனர்.

அம்மா இறந்தபோது, தம்பிக்கு ஒன்றரை வயது. அப்போது அவன் சென்னையில் அம்மாவைப் பெற்ற ஆயா வீட்டில் இருந்தான். அம்மாவின் ஈமச் சடங்குகள் முடிந்த பிறகு, "கொஞ்ச காலம் இந்தக் குழந்தை எங்ககூடவே இருக்கட்டும். எங்க பொண்ணு ஞாபகம் வரும்போதெல்லாம் இவன் முகம்தான் ஆறுதலா இருக்கு" என்று அப்பாவிடம் அனுமதி வாங்கி, ஆயா என் தம்பியை

அணிலாடும் முன்றில்!

தங்களிடம் வைத்துக்கொண்டார்கள். நான் அப்பாவிடம் வளர்ந்தேன். அப்பாவைப் பெற்ற ஆயாவுக்கு வயதாகிக்கொண்டே வந்தது.

"எவ்வளவு காலம்தான் தனியாவே இருப்ப? உன் புள்ளைங்கள வளர்க்கறதுக்காகவாவது ஒரு கல்யாணம் பண்ணிக்கோ" என ஒவ்வொருவரும் நச்சரிக்க ஆரம்பிக்க, ஐந்து வருடங்கள் கழித்து அப்பா ஒப்புக்கொண்டார்.

அப்பா சம்மதித்த அந்த இரவும் அன்று அவர் சொன்ன வார்த்தைகளும் இப்போதும் கண் முன் நிற்கின்றன. அப்போது நான் நான்காம் வகுப்பு படித்துக்கொண்டு இருந்தேன். அப்பாவுக்குப் பெண் பார்க்கும் முயற்சியில் இருந்த அத்தை, மாமாவைப் பார்த்து அப்பா சொன்னார்... "ரொம்பப் பணக்கார இடத்தில் பெண் பார்க்க வேணாம். நடுத்தரக் குடும்பமா பாருங்க. அப்பா, அம்மா இல்லாத பெண்ணா இருந்தா நல்லது. அப்பதான் தாயோட அருமையும், தாய் இல்லாத வேதனையும் புரியும். என் பசங்களை நல்லா வளர்ப்பா!"

அப்பாவின் விருப்பப்படியே திண்டிவனத்தில் ஒரு பெண் பார்த்தார் மாமா. சிறு வயதிலேயே அப்பா, அம்மாவை இழந்து, ஐந்தாறு தம்பி - தங்கைகளுடன் வளர்ந்த பெண் என்று சொன்னதுமே, அப்பாவுக்கு ஒரு நம்பிக்கை வந்தது. திருமண ஏற்பாடுகள் நடக்க ஆரம்பித்தன. வீடு வீடாகச் சென்று, அப்பாவின் கல்யாணத்துக்குப் பத்திரிகை கொடுக்கவும்; அப்பாவின் கல்யாணத்தை அருகில் இருந்து பார்க்கவும் எத்தனை பிள்ளைகளுக்கு வாய்க்கும்?

"எங்கப்பாவுக்குக் கல்யாணம் நடக்கப்போகுது... எங்க வீட்டுக்குப் புதுசா சித்தி வரப்போறாங்க" - ஆற்றங்கரையில் கபடி விளையாடிக்கொண்டு இருக்கையில் கூட்டாளிகளிடம் நான் பெருமையாகச் சொன்னேன்.

கூட்டத்தில் இருந்த வளர்ந்த பையன் ஒருவன் என்னை அருகில் அழைத்துக் கேட்டான்...

"சித்தின்னா என்னான்னு தெரியுமா?"

"தெரியும், எங்க அப்பாவைக் கல்யாணம் பண்ணிக்கப் போறவங்க."

"அதில்லடா... நீ சினிமா பார்த்தது இல்லையா?"

"பார்ப்பேன்... ஏன்?"

"அதுல காட்டுவாங்களே... சித்தின்னா கொடுமைப்படுத்துறவங்க.

நிறைய வேலை செய்யச் சொல்வாங்க. சாப்பாடே போட மாட்டாங்க. கட்டையால அடிப்பாங்க...''

அவன் சொல்லச் சொல்ல, நான் எப்போதோ பார்த்த ஒன்றிரண்டு பழைய படங்களின் காட்சிகள் ஞாபகம் வர ஆரம்பித்தன.

''இப்ப என்னடா பண்றது? கல்யாணத்த நிறுத்திரலாமா?'' என்றேன் நடுங்கியபடியே.

''அது உன்னால முடியாது. கொடுமைப்படுத்தினா... வீட்டைவிட்டு எங்கியாச்சும் ஓடிடு. அந்தப் படத்துல அப்படித்தான் காட்டுவாங்க'' என்றான்.

அன்று இரவு முழுவதும் தூக்கம் வரவில்லை. நான் வீட்டைவிட்டு ஓடுவதுபோலவும்; ரயிலில் டிக்கெட் இல்லாமல் மாட்டிக்கொள்வது போலவும்; ஹோட்டல்களில் டேபிள்துடைப்பது போலவும் ஏதேதோ காட்சிகள் தோன்றிக்கொண்டே இருந்தன. அதிகாலையில் அருகில் படுத்து இருந்த அப்பாவின் விரல்களைக் கெட்டியாகப் பிடித்துக்கொண்டேன். அப்பா புரண்டு படுத்து, என்னை அணைத்துக்கொண்டார். நான் அப்படியே உறங்கிப்போனேன்.

அதற்கடுத்த மாதம் அப்பாவின் திருமணம் நடந்தது. முன் நாள் பெண் அழைப்பு. திருமண மண்டபத்துக்குப் பக்கத்தில் இருந்த ஒரு கோயிலில் இருந்து சீர் வரிசைத் தட்டுகளுடன் சித்தியை அழைத்து வந்தார்கள். இருபுறமும் பெட்ரோமாக்ஸ் விளக்குகள் வெளிச்சம் தர... நடந்து வந்த பெண்கள் கூட்டத்தில் சித்தியையே பார்த்துக்கொண்டு இருந்தேன். நடந்தபடியே தலை குனிந்தும், அவ்வப்போது நிமிர்ந்தும் வந்த சித்தி, ஏதோ ஒரு கணத்தில் என்னை உற்றுப் பார்த்ததுபோல் இருந்தது. நான் பயத்தில் கண்களைத் திருப்பிக்கொண்டேன்.

சித்தியின் சொந்தக்காரர்கள் யாரோ, மண்டபத்தில் விளையாடிக் கொண்டு இருந்த என்னையும் தம்பியையும் கூட்டிக் கொண்டு போய், மணமகள் அறையில் இருந்த சித்தியிடம் அறிமுகப் படுத்தினார்கள். ''பார்க்கணும்னு சொன்னியே... இவங்கதான் முதல் தாரத்துப் பசங்க.''

சித்தி எங்கள் பெயர்களையும்; என்ன வகுப்பில் படிக்கிறோம் என்பதையும் விசாரித்தது. தம்பியை அருகே அழைத்து, ''ஏன் மூக்கு இப்படி ஒழுவுது. சளி புடிச்சிருக்கா?'' என்று கேட்டபடி, தன் கையில் இருந்த எம்ப்ராய்டரி பூப்போட்ட புத்தம் புதுக் கைக்குட்டையால் மூக்கைச் சிந்தச் சொல்லித் துடைத்துவிட்டது. தாம்பூலத் தட்டில் இருந்து ஆப்பிள் எடுத்துக் கொடுத்து இருவரையும்

அணிலாடும் முன்றில்!

சாப்பிடச் சொன்னது. கொஞ்சம் கொஞ்சமாகப் பயம் விலகி, என் மனதில் சித்தியைப்பற்றி வரைந்து இருந்த ராட்சசி சித்திரத்தை அழித்து, அன்பான தேவதை சித்திரத்தை வரைய ஆரம்பித்தேன்.

சித்தி வீட்டுக்கு வந்த அடுத்த வாரம், ஒரு ஞாயிற்றுக்கிழமை எங்களை சினிமாவுக்குக் கூட்டிச் சென்றது. அப்போது இயக்குநர் கே.பாக்யராஜின் 'முந்தானை முடிச்சு' படம் ரிலீஸாகி, காஞ்சிபுரம் சங்கம் திரையரங்கில் வெற்றிகரமாக ஓடிக்கொண்டு இருந்தது.

நாங்கள் ஒரு மதியக் காட்சியில், 'முந்தானை முடிச்சு' படம் பார்த்தோம். பாக்யராஜ் ஒரு வாத்தியார். குழந்தையை வைத்துக்கொண்டு கஷ்டப்படுகிறார், ஊர்வசி அவரைத் திருமணம் செய்துகொள்கிறார் என, படம் பார்க்கப் பார்க்க... அப்பாவும், நானும், சித்தியுமே அந்தக் கதையின் பாத்திரங்களாக இருப்பதுபோலத் தோன்றியது. சித்தியும் அடிக்கடி என்னைத் திரும்பிப் பார்த்துக்கொண்டே இருந்தது.

படம் முடிந்து வந்து இரவு அப்பாவிடம் சொல்ல, அடுத்த நாள் அவரும் பார்த்துவிட்டு வந்து சொன்னார் "ஆமாண்டா... கொஞ்சம் கொஞ்சம் என்னை மாதிரிதான் இருக்கு." இப்போதும் 'முந்தானை முடிச்சு' திரைப்படத்தை தொலைக்காட்சியில் பார்க்கையில், அன்று தோன்றிய அதே உணர்வுக்குள் திரும்பவும் பயணிப்பேன்.

எங்கள் கிராமத்தில் எல்லோரும் பட்டுத் தறி நெய்பவர்கள். அப்பாவும் இன்னொரு போலீஸ்காரரும் மட்டுமே அரசாங்க வேலையில் இருந்தார்கள். என் கூட்டாளிகள் அனைவரும் புத்தக மூட்டைக்கு விடை கொடுத்துவிட்டு, சிறு வயதிலேயே கையில் அலுமினியத் தூக்குச் சட்டியில் பழைய சோற்றை ஊற்றிக்கொண்டு, அதிகாலையில் எழுந்து பக்கத்து ஊர்களில் பட்டுத் தறி நெய்யச் செல்வார்கள்.

அப்பா என்னை அந்தக் காலத்திலேயே கான்வென்ட் பள்ளியில் படிக்கவைத்தார். சுற்றி உள்ள கிராமங்களுக்கு எல்லாம் சேர்த்து, சிறு நகரமாக ஐயன்பேட்டை என்ற ஊர் இருந்தது. அந்த ஊரில் உள்ள ஆங்கிலப் பள்ளியில் இருந்து குதிரை வண்டி வரும். 8.30-க்கு என்னை ஏற்றிக்கொண்டு ஒவ்வொரு கிராமமாகச் சென்று, மாணவர்களுடன் பள்ளியை அடைகையில் 10 மணி ஆகியிருக்கும்.

ஒவ்வொரு நாளும் காலை உணவின்போது என் அட்டகாசம் தொடங்கும். "ஏன் ரவா உப்புமா பண்ணீங்க? எனக்கு சேமியா உப்புமாதான் வேணும்" என்பேன். அப்பா எட்டிப்பார்ப்பார்.

"என்னடா?" என்பார். "எனக்கு சேமியா உப்புமாதான் வேணும். இல்லன்னா... ஸ்கூலுக்குப் போக மாட்டேன்" என்பேன்.

அப்பா சைக்கிளில் கடைக்குச் சென்று சேமியா வாங்கி வருவார். எதுவும் பேசாமல் சித்தி செய்து கொடுக்கும். ஒரு முறை நான் மதிய உணவில் உப்பு அதிகம் என்று தட்டைத் தூக்கி சித்தியின் முகத்தில் எறிந்துவிட்டேன். மூக்குத்தியில் தட்டு பட்டு,

அணிலாடும் முன்றில்!

மூக்கின் சில்லு உடைந்து ரத்தம் வந்த பிறகுதான் என் தவறு புரிந்தது. சித்தி எதுவும் சொல்லாமல் பழைய சேலையில் ரத்தத்தைத் துடைத்துக் கொண்டு இருந்தது. அப்பா என்னை அடிக்கக் கை ஓங்கியவர், என்ன நினைத்தாரோ... அப்படியே பின்வாங்கி உள்ளே சென்றுவிட்டார். குற்ற உணர்வில் அன்று முழுவதும் அழுது கொண்டே இருந்தேன்.

பள்ளியில் படிக்கையில், வீடு முழுதும் நிறைந்து இருந்த புத்தகங்கள் என்னைக் கவிதையின் உலகுக்குக் கூட்டிச் சென்றன. நானும் கவிதைகள் எழுத ஆரம்பித்தேன். காஞ்சியின் தேரடி வீதியில் தெருவடைத்துப் பந்தல்கள் போட்டு நடக்கும் பிரமாண்டமான இலக்கிய விழாக்களில் கான்வென்ட் யூனிஃபார்மோடு மேடை ஏறி நான் கவிதை படிப்பேன். கூட்டம் வியந்து ரசித்து என் வயதுக்காகவே கை தட்டும்.

பத்தாம் வகுப்பு படிக்கையில் என் கவிதைகளைத் தொகுத்து 'தூசிகள்' என்ற தலைப்பில் ஒரு புத்தகம் வெளியிட்டேன். அப்பா கடன் வாங்கி அச்சகத்துக்குக் காசு கொடுத்தார். அப்படியும் மேலும் 2,000 தர வேண்டி இருந்தது. சித்தி தன் நகையைக் கழற்றிக் கொடுத்தது. ஓம் என்று வரைந்து, அதற்கு கீழ் மூன்று கோடுகள் போட்டு லாபம் என்று எழுதி இருந்த அடகுக் கடையில் நகை, பணமாக மாறி, புத்தகமாக வெளிவந்தது.

எத்தனையோ இரவுகள், அப்பாவும் நானும் இலக்கியக் கூட்டங்களில் கலந்துகொண்டு அகாலத்தில் வீடு திரும்புவோம். அப்போது எல்லாம் சித்தியிடம் இருந்து எந்த முணுமுணுப்பும் நான் அறிந்து வந்ததில்லை.

இப்போது திரும்பிப் பார்க்கையில், என் பால்யத்தில் எள்ளளவும் சித்தி என்னைக் கொடுமைப்படுத்தியதே இல்லை. சித்திக்கு இரண்டு பிள்ளைகள் பிறந்த பிறகும், எந்தப் பாரபட்சமும் இல்லாமல், எல்லோரையும் ஒன்றாகவே வளர்த்தது. அந்த அறியாத வயதில் சிறுபிள்ளை அடங்களால், நான்தான் சிலவேளைகளில் சித்தியைக் கொடுமைப்படுத்தி இருக்கிறேன்.

இரண்டாம் தாயாக இருந்து என்னை வளர்த்த சித்திக்கு அன்பைத் தவிர, என்னால் என்ன தந்துவிட முடியும்?

இப்போதும் தாயில்லாக் குழந்தைகளைப் பார்க்கும்போதெல்லாம், அன்பானதொரு சித்தி கிடைக்க அடிமனசு வேண்டிக்கொள்கிறது!

10

 அண்ணன்

'அணில் வால் மீசைகொண்ட
அண்ணன் உன்னைவிட்டு
புலி வால் மீசைகொண்ட
புருசனோடு போய் வரவா?'

– வைரமுத்து

('கிழக்குச் சீமையிலே' படப் பாடலில் இருந்து...)

அந்த ஊருக்கு ஒருநாள் வெயில் வந்தது. வெயில் என்றால் வழக்கமாக வரும் வெயில் அல்ல; சந்நதம் வந்து ஆடும் வெறிகொண்ட வெயில். காலங்களுக்கும் முந்தைய ஆதிச் சூரியனில் இருந்து அப்படியே இறங்கி வந்த வெப்ப நதி. ஒரே பார்வையில், அது கிளைகளையும் இலைகளையும் தீப்பிடிக்கச் செய்து மரங்களைக் கருகவைத்தது. ஆழத்தில் அந்த மரங்களின் வேர்கள் வேதனையுடன் சுருண்டு முனகும் வலி மண்ணுக்கு வெளியே நாளெல்லாம் கேட்டுக்கொண்டே இருந்தது.

வெயிலின் பார்வைக்குத் தப்பி தீய்ந்த சிறகுகளுடன் பறவைகள் காட்டுக்குள் ஒளிந்துகொண்டன. மக்கள் வேப்பங்கொத்துகள்

விகடன் பிரசுரம்

கைகளில் ஆட, மழை வரம் வேண்டி மாரியம்மனுக்குக் கூழ் ஊற்றினார்கள். வெயில் கொஞ்சம் தணிந்த மாதிரி இருந்தது.

உண்மையில் வெயில் தணியவில்லை. அதற்குக் கொஞ்சம் ஓய்வு தேவைப்பட்டது. வெயிலுக்கும் சோர்வு இருக்கும்தானே? அந்த ஊர் ஒரு பொட்டல் காடு. கொஞ்சம் வீடுகளேகொண்ட ஒரு கிராமம். புல் பூண்டுகள் எல்லாம் ஏற்கெனவே காய்ந்திருந்தன. இனியும் எரிப்பதற்கு வெயிலுக்கு வேலை இல்லை.

அந்தப் பொட்டல் காட்டில் சிறுவர்கள் கூடி விளையாடிக்கொண்டு இருந்தார்கள். வெயில் அவர்கள் விளையாடுவதைப் பார்க்க வசதியாக ஒரு பாழடைந்த மண்டபத்தின் உச்சியில் அமர்ந்துகொண்டது.

அது பட்டுத் தறி நெசவைத் தொழிலாகக்கொண்ட ஊர். நெசவாளர் வீட்டுப் பிள்ளைகள் கிழிந்த ஆடைகளுடன் புழுதியே சட்டையாக விளையாடிக்கொண்டு இருந்தார்கள். அந்த விளையாட்டு வெயிலுக்குப் பிடித்திருந்தது.

அணிலாடும் முன்றில்!

பனங்காயின் மூன்று கண்களுக்கும் நடுவே நீண்டு வளைந்த கம்பைச் சொருகி பனங்காய் வண்டி விளையாட்டு. தூரத்தில் கானல் நீரில் நீந்திக்கொண்டு இருந்த ஒரு மரத்தை இலக்காக்கி, யார் அதை முதலில் தொடுவது என்கிற பந்தயம் நடந்துகொண்டு இருந்தது. நெருஞ்சி முட்காட்டில் பனங்காய் வண்டியை உருட்டியபடி அந்தச் சிறுவர்கள் மரத்தை நோக்கி ஓடிக்கொண்டு இருந்தார்கள்.

இத்தனை உக்கிரமாக தான் இருந்தும், தன் வெம்மைக்குத் தப்பி இந்தப் பனை மரங்கள் காய்கள் தருவது குறித்து வெயிலுக்கு ஆச்சர்யமாக இருந்தது. சிறுவர்கள் விளையாடுவதற்காகவாவது இனி, பனை மரங்கள் மீது கூடுதல் உக்கிரம் காட்டுவது இல்லை என வெயில் தீர்மானித்தது.

பனங்காய் வண்டிகள் கிழக்குக்கும் மேற்குக்குமாக உருண்டுகொண்டு இருந்தன. தானும் இப்படி கிழக்குக்கும் மேற்குக்கும் உருளும் பெரிய பனங்காய் வண்டிதானோ என்று வெயில் யோசித்தது. அந்த நினைப்பு அதற்கு சந்தோஷமாகவும் இருந்தது, துக்கமாகவும் இருந்தது.

இப்போது விளையாட்டு வேறு வடிவம் கொண்டது. சிறுவர்கள் இரண்டு அணிகளாகப் பிரிந்தார்கள். ஒவ்வொரு அணியிலும் நான்கு பேர். வேகமாக எதிரெதிராக ஓட்டிக்கொண்டு வந்து தங்கள் வண்டிகளை மோதவிட்டார்கள். விளையாட்டு மும்முரமாகச் சென்றுகொண்டு இருக்கையில், எங்கிருந்தோ அம்மணக் குண்டியுடன் ஒரு குட்டிப் பையன் ஓடி வந்து இடையில் புகுந்து, தன்னையும் சேர்த்துக்கொள்ளுமாறு கெஞ்சிக்கொண்டு இருந்தான்.

கொஞ்சம் உயரமாக இருந்த ஒரு பையன், இன்னொரு பையனிடம், "டேய்... உன் தம்பிய நகரச் சொல்லு. அடிபடப் போகுது" என்றான்.

"டேய், வீட்டுக்குப் போடா... இங்க வரக் கூடாது" என்றான் பக்கத்தில் இருந்த பையன்.

அவன், அந்தக் குட்டிப் பையனின் அண்ணன் என்று வெயில் புரிந்துகொண்டது.

"இல்லண்ணே... நானும் விளையாட்டுக்கு வர்றேண்ணே."

"உனக்கு எத்தனை தடவை சொல்றது..? பெரிய பசங்க விளையாடுற எடத்துக்கு வரக் கூடாதுன்னு. இனிமே வந்தே... அவ்வளவுதான்" என்று தன் தம்பியின் தலையில் ஓங்கி ஒரு குட்டு வைத்தான் அண்ணன்.

பின்பும் தம்பி மைதானத்திலேயே அமர்ந்து அழுதுகொண்டு இருப்பதைப் பார்த்துத் திரும்பி வந்து, “இந்தா காசு... போயி ஐஸ் வாங்கிச் சாப்பிடு” என்று கொடுக்க, “எனக்குக் காசெல்லாம் வேணாம். நானும் ஆட்டத்துக்கு வருவேன்” என்று தம்பியின் பிடிவாதம் நீண்டது. “இனிமே இங்க வருவியா... வருவியா...” என்று கோபமாகக் கேட்டபடியே தன் கையில் இருந்த கம்பால் தம்பியை அடித்துக் கொண்டு இருந்தான் அண்ணன். தன்னைவிடவும் உக்கிரமாக மனிதர்கள் இருப்பதைப் பார்த்துப் பயந்தபடியே வெயில் அந்த இடத்தைவிட்டு நகர ஆரம்பித்தது.

பின்பொரு நாள் அந்த ஊருக்கு மழை வந்தது. முதிர்ந்த மழை. அந்த மழைக்குப் பல லட்சம் வயது இருக்கும். ஒவ்வொரு முறை மேகத்தில் இருந்து குதிக்கும்போதும், தன் வயதை அது கூட்டிக்கொண்டே வரும். முதல் முறை அது ஒரு மலைக் காட்டில் குதித்தபோது, அதன் தகப்பன் சொன்னது, “முதல் முறை மண்ணுக்குப் போகிறாய்... மேகமாகித் திரும்பி வா.”

மலைக் காட்டில் அருவியாகி, ஏதேதோ ஊர்களில் நதியாகிக் கடந்து, கடலில் ஆவியாகி மேகத்தை அடைந்து, மீண்டும் அது ஒரு பெரு நகரத்தில் குதித்தது. ஆடி ஆடி சாக்கடை நீரில் மிதந்து கடலிடம் கலக்கையில், அது தன் வாழ்வின் மிகப் பெரும் அனுபவத்தைத் தன் ஞாபகக் குறிப்பேட்டில் எழுதிக்கொண்டது. ஆயிற்று வருடங்கள். பல ஊர்கள், பல அனுபவங்கள், இப்போது அதன் பேரேட்டில்.

ஏனோ மழைக்கு இந்த ஊரைப் பிடித்திருந்தது. காலையில் இருந்து விடாது இந்த ஊரிலேயே பொழிந்துகொண்டு இருந்தது மழை. அந்திக் கருக்கலில் கொஞ்சம் சாந்தமாகி, ஒரு புளியமரத்தின் கிளைகளில் தூறலாக இளைத்து சொட்டிக்கொண்டு இருந்தது. எங்கிருந்தோ வந்த ஒரு பேருந்து அந்த புளியமரத்தடியில் நின்று, ஓரிருவர் இறங்க... பின் கிளம்பிச் சென்றது. அந்த புளிய மரத்தடிதான் அவ்வூரின் பேருந்து நிறுத்தம் என அறிந்துகொண்டது மழை.

கோணிப்பையைக் குடையாக்கி மூன்று பேர் அந்த மரத்தடியில் வந்து நின்றார்கள். இரண்டு ஆண்கள், ஒரு பெண். அந்த கோணிப்பைக் குடையையும் தாண்டி அந்தப் பெண்ணின் கன்னங்கள் நனைந்து இருந்தன. அது தண்ணீரால் அல்ல; கண்ணீரால் என்பது மழைக்கு மட்டும் தெரிந்திருந்தது.

மழை அவர்களை உன்னிப்பாகக் கவனிக்க ஆரம்பித்தது. நடுவில் இருந்தவன் பக்கத்தில் இருந்த அந்தப் பெண்ணிடம் பேசிக்கொண்டு இருந்தான்.

அணிலாடும் முன்றில்!

"ஏ... புள்ள... போற எடத்துல ஒழுங்கா இரு."

"சரிண்ணே" என்றது அந்தப் பெண்.

"குடும்பம்னா, ஆயிரம் இருக்கும். அதுக்காக தனியா ஓடி வரலாமா..?"

"உம்..."

"சண்டை சச்சரவு வரத்தான் செய்யும்... உங்க அண்ணி என்கூட வாழலியா?"

மறுபடியும் ஒரு "உம்..."

"என்னமோ... பார்த்து நடந்துக்க" என்றபடி அருகில் விறைப்பாக இருந்த இளைஞனிடம் திரும்பினான்.

"மாப்ளே..."

விறைத்த இளைஞனிடம் இருந்து எந்தப் பதிலும் இல்லை.

"ஏ, மாப்ளே... உன்னைத்தாம்பா."

"ம்... ம்... கேக்குது."

"அவ அப்படித்தான். எடுத்தேன் கவுத்தேன்னு பேசுவா. அத எல்லாம் மனசுல வெச்சிக்காத"

- என்றபடி கொஞ்சம் ரூபாய் நோட்டுகளை அவன் சட்டைப் பையில் திணித்தான், அந்தப் பெண்ணின் அண்ணன்.

"எதுக்கு இதெல்லாம்" என்று ஒப்புக்குச் சொன்னாலும், அந்த நோட்டுகளின் கூட்டுத் தொகையைக் கண்களால் எண்ணிக்கொண்டு இருந்தான் விறைத்த இளைஞன்.

தூரத்தில் ஒரு மினி பஸ் வந்து, இவர்களின் கையாட்டலுக்கு நின்று... அந்தப் பெண்ணையும் இளைஞனையும் ஏற்றிக்கொண்டு கிளம்பியது. வண்டியின் கூடவே ஓடியபடி அந்தப் பெண்ணின் அண்ணன் சொல்லிக்கொண்டு இருந்தான்.

"மாப்ளே... அடிக்காமப் பார்த்துக்கய்யா."

இப்போது அந்த அண்ணனின் கன்னமும் நனைந்து இருந்தது. அது தண்ணீரால் அல்ல... கண்ணீரால் என்பது மழைக்கு மட்டுமே தெரிந்திருந்தது.

அடுத்தொரு நாள் வெயிலும் மழையும் சந்தித்துக்கொண்டன.

வெயில் மழையிடம் சொன்னது, "அண்ணன்கள் வெயிலின் வார்ப்புகள். கோபத்தின் உக்கிரம் அப்படியே இருக்கிறது."

மழை குறுக்கிட்டது, "இல்லை இல்லை... அண்ணன்கள் மழையின் மைந்தர்கள். கண்ணீரின் ஈரத்தைக் கண்டதால் சொல்கிறேன்."

மழை, வெயில் உரையாடலுக்கு நடுவே நான் நுழைந்தேன்.

"ஒரு அண்ணனாகச் சொல்கிறேன். அண்ணன்களின் கோபம் தன் தோள்களின் மீது ஏற்றிவைக்கப்பட்ட பொறுப்புணர்வால் வருவது. அண்ணன்களின் ஈரமும் அதே உணர்வின் இன்னொரு வடிவம்தான்."

என் பதிலைத் கேட்டு 'ஆமாம்' என்று ஆமோதித்தபடி மழையும் வெயிலும் இணைந்து வானவில்லாக மாறின!

11

தங்கை

'விளையாடு ஆயமொடு வெண்மணல் அழுத்தி
மறந்தனம் துறந்த காழ்முளை அகய
'நெய்பெய் தீம்பால் பெய்துஇனிது வளர்த்தது
நும்மினும் சிறந்தது நுவ்வை ஆகும்' என்று
அன்னை கூறினள் புன்னையது நலனே
அம்ம! நாணுதும், நும்மொடு நகய
விருந்தின் பாணர் விளர்இசை கடுப்ப
வலம்புரி வான்கோடு நரலும் இலங்குநீர்த்
துறைகெழு கொண்க! நீ நல்கின்,
இறைபடு நீழல் பிறவுமார் உளவே!'

– நற்றிணை

(பாணர்களின் மெல்லிசை முழக்கத்தைப்போல, நீர் விளங்கும்
கடல் துறை பொருந்திய நாட்டின் தலைவனே! விளையாடி
அயரும் ஆய மகளிரோடு வெண் மணல் இடத்தே புன்னைக்
காய்களை அழுத்தியபடியே விளையாடி இருந்தோம். அவற்றுள்
ஒன்றை எடுக்க மறந்தும் போனோம். அந்த புன்னைக் காய்

விகடன் பிரசுரம்

முளைவிட்டு வளர்ந்தது. நாங்கள் அதனை நீர் விட்டு வளர்த்தோம்.

அதனைக் கண்ட எம் அன்னை 'நீ வளர்த்த இந்த மரம் உனக்குத் தங்கை போன்றது' என்று கூறினாள். ஆகையால், இந்தப் புன்னை மரத்தின் நிழலடியில் உன்னோடு நகைத்து விளையாடி இன்புறுவதற்கு, நாங்கள் நாணம் அடைகிறோம்!)

இது ஒரு கதை. இரண்டு கிளிகளின் கதை. இரண்டு கிளிகளும் வெவ்வேறு கிளிகள். மனிதக் கண்களுக்கு எல்லாக் கிளிகளும் ஒரே கிளிகளாகத் தோற்றம் அளிப்பது இயல்புதானே. பச்சைமா இலைபோல் மேனியும்; பவழ வாய் இதழும் தவிர்த்து, கிளிகளை என்றாவது நாம் உற்றுப் பார்த்து இருக்கிறோமா? ஒரு கிளிக்கும் இன்னொரு கிளிக்கும் இடையே உள்ள வேறுபாடு என்பது கிளிகளும் மரங்களும் மட்டுமே அறிந்த ரகசியம்.

இரண்டு கிளிகளில் முதல் கிளியின் கதையைச் சொல்கிறேன். இந்தக் கிளி ஓர் அக்காவுக்குத் தங்கையாகப் பிறந்த கிளி. 'அக்கா... அக்கா' என்று, அக்கா பின்னாலேயே சுற்றிக்கொண்டு இருக்கும். அக்காவுக்கும் அதற்கும் ஐந்து வயது வித்தியாசம். அக்காவைப்போலவே பொட்டு வைத்துக்கொள்ளும். ரெட்டை ஜடை பின்னல் போட்டுக் கொள்ளும். அக்காவுக்குத் தைத்ததைப்போலவே மாம்பழக் கலர் பட்டுப் பாவாடை தனக்கும் வேண்டும் என்று சாப்பிடாமல் அடம்பிடித்து, முதுகில் நான்கு அடி வாங்கிக்கொண்டு, அதைப்போலவே தைத்துக்கொள்ளும்.

அக்கா வளர்ந்து சடங்கான நாளில் தேன், தினை மாவு, நல்லெண்ணெய் கலந்த புட்டு... என அக்காவுக்கு நடந்த கொண்டாட்டங்களில் மயங்கி, தானும் சடங்காகும் நாளை அந்தக் கிளி கனா கண்டுகொண்டு இருக்கும்.

வளர்ந்த அக்காவின் தாவணியை எல்லோரும் உறங்கும் பின் மதியத்தில் கண்ணாடி முன் அணிந்து பார்க்கும்போது, தான் அக்காவாகி வந்த தங்கையோ என அந்தக் கிளி குழம்புவது உண்டு.

வெள்ளிக்கிழமை மாலைகளில் பெருமாள் கோயிலுக்கு அக்காவுடனும் அவள் தாவணித் தோழிகளுடனும் செல்லும்போது, மீசை முளைத்த பையன்களின் பக்திப் பார்வை அக்கா மீதும் அவள் தோழிகள் மீதும் விழக் காண்கையில், தனக்கும் ஒரு காலம் வரும் என அந்தக் கிளி நினைத்துக்கொள்ளும். அக்காவுக்குத் திருமணமாகி கண்காணா ஊருக்குக் கிளம்பும்போது, அக்கா மீது அந்தக் கிளிக்குக் கோபம் கோபமாக வந்தது. சிறு வயதில்

அணிலாடும் முன்றில்!

ஒரு கோடை விடுமுறையில் அக்காக் கிளி செய்த சத்தியம் அந்தக் கிளிக்கு அப்போது ஞாபகத்தில் வந்தது.

அன்று அக்காக் கிளி சொன்னது;

'நாம எப்பவும் இப்படிப் பிரியாம இருப்போம்!'

'அது எப்படிக்கா? உனக்குக் கல்யாணம் ஆயிடுச்சின்னா..?'

'நாம ரெண்டு பேரும் ஒரே மாப்பிள்ளையக் கல்யாணம் பண்ணிப்போம்!'

'மெய்யாலுமா?'

'சத்தியமா!' என்று அக்காக் கிளி தலை மீது கைவைத்தது. இப்போது இந்தப் புது மாமாவின் கையைப் பிடித்துக்கொண்டு இருக்கிறது. அதற்கடுத்த மூன்று நாட்களும் மனசு சரியில்லாமல் இந்தக் கிளி தத்திக்கொண்டே இருந்தது.

பின்புக்கும் பின்பு, ஒரு சுபமுகூர்த்த நாளில், தங்கைக் கிளிக்கும் திருமணம் நடந்தது. திருமணத்துக்குப் பின்பு, தான் எப்படி எல்லாம் அசடாக இருந்தோம் என்று அடிக்கடி நினைத்துப் பார்த்துச் சிரித்துக்கொள்ளும். அக்காக் கிளிக்கு தங்கைக் கிளியாக இருப்பதில்தான் எத்தனை எத்தனை சுவாரஸ்யங்கள்!

* * *

அடுத்து, இரண்டாவது கிளியின் கதையைச் சொல்கிறேன்.

இது ஓர் அண்ணனுக்குத் தங்கையாகப் பிறந்த கிளியின் கதை. அண்ணனுக்குத் தங்கையாகப் பிறக்கும் கிளிகள் எப்போதும் செல்லமாக வளரும். கிளிகள் ஆயினும் அந்தச் செல்லம் எல்லாம் தோட்டத்துக்குள் சுற்றி வரும் வரைதான் என்பதை அந்தக் கிளிகளின் ஆழ் மனது அறிந்தே வைத்திருந்தது.

அண்ணன் என்றால், அந்தக் கிளிக்கு அப்படிப் பிடிக்கும். அப்பாவைவிட அண்ணனிடம் இந்தக் கிளிக்குக் கூடுதல் சுதந்திரம் கிடைத்தது. அண்ணனுக்காகப் பார்த்துப் பார்த்துச் சமைக்கும். வீடு திரும்பும் அண்ணன் அள்ளி அள்ளிச் சாப்பிடுவதைப் பார்க்கப் பார்க்க... சமைத்த களைப்பு எல்லாம் நீங்கி, அடுத்த வேளை உணவுக்கு என்ன சமைக்கலாம் என யோசிக்கும். முளி தயிர் பிசைந்த காந்தள் மென் விரல்களுக்குக் கிடைத்த பாராட்டல்லவா அது! அண்ணன் சட்டையை நேர்த்தியாகத் துவைத்து மடிக்கும்போது, அண்ணனைப்போலவே ஓர் அன்பான கணவனை அடி மனதில் அது எதிர்பார்க்கிறதோ என எல்லோருக்கும் தோன்றும்.

விகடன் பிரசுரம்

பத்தாம் வகுப்பு படிக்கையில் அந்தக் கிளி தட்டச்சுப் பயிற்சி நிலையத்தில் சேர்ந்தது. அந்தக் காலத்தில் பெண்களைப் படிக்க அனுப்புவதே சிரமமாக இருந்தது. பெண்களைப் படிக்கவும் அனுப்பி, கூடுதலாகத் தட்டச்சு கற்கவும் அனுப்புவது என்பது நினைத்துப் பார்க்க முடியாத விஷயம். அந்தக் கிளியின் அண்ணன் தன் அப்பா - அம்மாவிடம் பேசி, இந்த வாய்ப்பைப் பெற்றுத் தந்தது.

காலை ஏழு முதல் எட்டு வரை தட்டச்சு வகுப்பு. அந்தக் கிளியின் அண்ணன், தன் சைக்கிளின் பின் இருக்கையில் அதை அமரவைத்து... தட்டச்சு நிலையத்துக்குக் கூட்டி வந்துவிடும். தன் தங்கை தட்டச்சு கற்கும் ஒரு மணி நேரமும் எதிரில் உள்ள ஒரு தேநீர்க் கடையில் அமர்ந்து பேப்பர் படித்துக்கொண்டு இருக்கும். asdfg; lkjhj எனத் திரும்பத் திரும்ப அடிக்கச் சொல்கையில், தன் அண்ணன் தனக்காக வெளியே காத்துக்கொண்டு இருக்கும் பதற்றத்தில் தப்பும் தவறுமாக அடிக்கும். பயிற்றுநர் வந்து விரல்களில் ஸ்கேலால் அடிக்கும்போதே சுய நினைவு திரும்பும். வகுப்பு முடிந்து அண்ணனுடன் திரும்பிக்கொண்டு இருக்கையில், அண்ணனைப் போலவே இந்த உலகில் எல்லோரும் மென்மையானவர்களாக இருக்கக் கூடாதா என நினைத்துக் கொள்ளும்.

மழைக் காலங்களில் குளிர் போக்க அண்ணனின் முழுக்கை சட்டையை எடுத்து அணிந்துகொள்ளும். ‘என் சட்டையை ஏன்டி எடுத்தே?’ என்று அண்ணன் செல்லமாகத் தலையில் குட்டும்போது, ‘வவ்வவ்வே’ என்று பழிப்புக் காட்டி, அந்தச் சட்டைக்கு மேல் இன்னொரு சட்டையை எடுத்து அணிந்துகொண்டு, சோளக் கொல்லை பொம்மைபோலச் சிரிக்கும்.

தன் தோழிகளுடன் கூடத்திலோ; மொட்டை மாடியிலோ படித்துக்கொண்டு இருக்கும்போது... தலையைக் குனிந்தபடி கடந்து செல்லும் அண்ணனைப்போலவே, தோழிகள் சென்றவுடன் நடித்துக்காட்டி கிண்டல் பண்ணும்.

காலம் முழுவதும் இந்த சின்னஞ்சிறு அண்ணனின் தங்கையாகவே இருந்துவிடக் கூடாதா? ஏன் எல்லோரையும் வயதென்னும் தூண்டில் முன்னே இழுத்தபடி நகர்ந்து செல்கிறது என்று அது அடிக்கடி நினைக்கும்.

எல்லாப் பெண் கிளிகளையும்போலவே தானும் ஒருநாள் பிறந்து வளர்ந்த கூட்டை விட்டு விட்டு, வேறேங்கோ உள்ள துண்டு வானத்தைத் தேடிப் பறந்து போகும் நாள் வரும் என்று நினைக்கும்போது, அதற்கு அழுகையாக வரும். அப்படியே

பறந்துபோய், அண்ணன் மடியில் அமர்ந்துகொள்ளும். அண்ணன் கிளிக்குத் தங்கைக் கிளியாக இருப்பதில்தான் இன்னும் எத்தனை எத்தனை சுவாரஸ்யங்கள்!

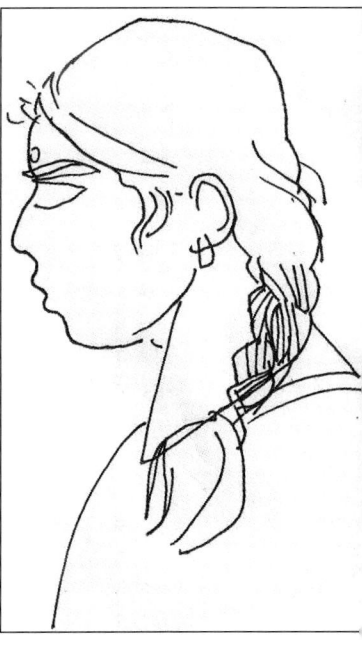

* * *

வருடங்களுக்கும் பிறகு நான் என் அறையில் அமர்ந்து எழுதிக்கொண்டு இருந்தேன். ஜன்னல் ஓரமாக இரண்டு தங்கைக் கிளிகளும் வந்து அமர்ந்து என்னைப் பார்த்துக் கேட்டன;

'என்ன எழுதிக்கொண்டு இருக்கிறாய்?'

'அணிலாடும் முன்றில்' என்றேன்.

'நிச்சயம் அதில் தங்கைகளைப்பற்றியும் எழுத வேண்டும்' என்றன.

'அதைத்தான் எழுதிக்கொண்டு இருக்கிறேன்' என்றேன்.

'அப்படியானால், நீ பல வருடங்களுக்கு முன் எழுதிய 'சில கேள்விகள்' கவிதையையும் அதில் எழுது' என்றன.

'வேண்டாம், எழுதியதையே எழுதுகிறேன் என்பார்கள்' என்றேன்.

'எத்தனை முறை நனைந்தாலும் மழையில் நனைவது சுகம். அந்தக் கவிதையை எழுதித்தான் ஆக வேண்டும்' என்றன.

இரண்டு தங்கைக் கிளிகளுக்காகவும் விகடன் வாசகர்களுக்காகவும் அந்தக் கவிதை;

சில கேள்விகள்

முதிர்ந்த மழை நாளில்

தொலைக்காட்சி பார்ப்பவளை

தேநீர் கேட்டதற்காய்

செல்லமாய் கோபிக்கும்

சிணுங்கலை

ரசித்ததுண்டா நீ?

அணிலாடும் முன்றில்!

கூடப் படிக்கும்
கிராமத்துத் தோழியிடம்
‘என் அண்ணனுக்கு
ரொம்பப் பிடிக்குமென்று’
ஜாமெண்ட்ரி பாக்ஸ் நிறைய
நாவல் பழம் வாங்கி வந்து
மண் உதிராப் பழத்தை
ஊதித் தரும் அன்பில்
உணர்ச்சிவசப்பட்டது உண்டா நீ?
என் அண்ணன்
என்றவள்
சகதோழிகளிடம் அறிமுகப்படுத்துகையில்
வெட்கத்தால் மௌனித்து
தலை குனிந்திருக்கிறாயா?
தென்னங்கீற்றுக்குள்
சடங்கான வெட்கத்தில்
அவள் கன்னம் சிவக்கையிலே
உனக்கும் அவளுக்கும்
இடையில் தோன்றிய
நுண்ணிய இழைகளை
அறுத்ததுண்டா நீ?
கிளிப் பச்சை என்றவள்
ஆயிரம் முறை கூறியும்
பாசி கலரில் வளையல் வாங்கி வந்து
வசைபட்டு இருக்கிறாயா?
மிகச் சாதாரணமாய்
கேட்டுவிட்டாய் நண்பா,

விகடன் பிரசுரம்

'உனக்கென்ன
அக்காவா? தங்கையா?
கஷ்டப்பட்டுச் சம்பாதித்து
கல்யாணம் பண்ணித் தர,
ஒரே பையன்' என்று.
எனில்
கஷ்டப்பட்டுச் சம்பாதித்து
கல்யாணம் பண்ணித் தர மட்டுமா
அக்காவும் தங்கையும்?

12

 **பங்காளிகள்**

'வேர் என்பது
கண்ணுக்குத் தெரியாத
மரத்தின் பூ.
பூ என்பது
கண்ணுக்குத் தெரியும்
மரத்தின் வேர்!'

– தாகூர்

('வழி தப்பிய பறவைகள்' தொகுப்பில் இருந்து...)

மலேசியத் தலைநகர் கோலாலம்பூருக்குப் பாடல் எழுதுவதற்குச் சென்றிருந்தேன். என் மலேசிய எண்ணுக்கு தமிழ்நாட்டில் இருந்து யாரோ அழைத்துக்கொண்டே இருந்தார்கள். தொடர்ந்து அலறிய அலைபேசியை எடுத்து "ஹலோ..." என்றேன்.

"நான்தாம்பா... அண்ணன் பேசறேன். நம்ம பெரியப்பா இறந்துட்டாரு!" என்றது எதிர்முனைக் குரல். அதிகம் பழகாத குரல். கண்ணுக்கு முன் எல்லாப் பெரியப்பாக்களும் வந்து போனார்கள். "எந்த அண்ணன்... சரியாத் தெரியலியே!" என்று தயங்கினேன்.

விகடன் பிரசுரம்

அணிலாடும் முன்றில்!

"அதாம்பா..." என்று அவர் உறவு முறையை விளக்கினார்.

அப்பாவின் பெரியப்பா மகனின் மகன். பங்காளி அண்ணன். அப்பாவின் இன்னொரு சித்தப்பா மகன் இறந்துவிட்டாராம்.

"நம்ம வேலூர் பெரியப்பாதாம்பா. நீகூடச் சின்ன வயசுல வந்திருக்கியே. காலையில எழுந்து கோயிலுக்குப் போயிருக்காரு. திரும்பி வந்து தண்ணி கேட்டாராம். அவங்க மருமக எடுத்துட்டு வர்றதுக்குள்ள திண்ணையில்சாஞ்சி கெடந்தாராம். தூங்குறாருன்னு தொட்டுப் பார்த்தா, மூச்சு இல்லையாம்!"

'அப்படியா'... 'அய்யோ'... 'ஓஹோ' என மூன்று வார்த்தைகளில் எதைச் சொல்லலாம் என யோசித்து, கடைசியாக 'ம்' என்றேன்.

"அப்புறம் எப்படிப்பா இருக்கே?" என்று அவர் என் நலன் விசாரித்தார்.

"நல்லாருக்கேண்ணே!" என்றேன்.

"டி.வி-ல உன்னைப் பார்க்கும்போது குழந்தைங்க சந்தோஷப்படுங்க. உங்க சித்தப்பாதான்டானு சொல்லுவேன்!"

"என்ன படிக்கிறாங்க?"

அவர், அவர்களின் மதிப்பெண் விவரத்தில் தொடங்கி, விளையாட்டுப் புத்தி வரை, விவரித் துக்கொண்டு இருந்தார். கடைசியாக, "சினிமா தான் எல்லாப் பசங்களையும் கெடுக்குது" என்றார்.

இம்முறை நானும் குற்றவாளிக் கூண்டில் நின்றதால், "அப்படியா" என்றேன் எச்சரிக்கையாக.

"என்னமோப்பா... உங்கப்பா இருந்த வரைக்கும் எல்லாப் பங்காளி விசேஷத்துக்கும் மறக்காம வருவாரு. வர்ற ஞாயித்துக் கிழமை காரியமாம். ஒரு எட்டு வந்து தலை காட்டிட்டுப் போ" என்று முடித்துக்கொண்டார்.

"சரிண்ணே..." என்று சொல்லிவிட்டு, ஜன்னல் வழியாகக் கடந்து செல்லும் மேகங்களைப் பார்த்துக்கொண்டு இருந்தேன். நான் இருந்தது 48-வது மாடி. கண் எதிரே காற்றில் மிதக்கும் மேகங்கள். தோன்றிக் கலைந்து மீண்டும் புதிதாகத் தோன்றி எதைச் சொல்ல வருகின்றன இந்த மேகங்கள். ஓடி ஓடிக் காற்றில் உடைவதற்கா, இந்த ஓட்டம்?

அறைக்குத் திரும்பியவுடன் "ட்யூன் ரெடி... ஏதாச்சும் டம்மி லிரிக் சொல்லுங்க" என்றார் யுவன்ஷங்கர் ராஜா.

"பாடுங்க..." என்றேன்.

13

பெரியம்மா

'பெருமையடையாதே
பௌர்ணமியின் முழுமையும்
ஓர் இரவுக்குத்தான்!'

– ஜென் தத்துவம்

கோடை தொடங்கிவிட்டது. காலையில் கிளம்பும்போதே மனைவி சொன்னாள், "நாளைல இருந்து ஆதவனுக்கு ஸ்கூல் லீவு." "அப்படியா?" என்ற படி அலுவலகம் கிளம்பினேன். செய்வதற்கு எவ்வளவோ வேலைகள் இருந்தன என்றாலும், எதுவும் செய்யாமல் மனசு எதை எதையோ நினைத்துக்கொண்டு இருந்தது. மதியம் ஒரு மணிக்கு என்னையும் அறியாமல் என் கால்கள், மகன் படிக்கும் பள்ளியின் வாசலில் நின்று கொண்டு இருந்தன.

சமையல் முடித்து வந்து வியர்வையுடன் பேசிக்கொண்டு இருக்கும் தாய்மார்கள், குழந்தைகளைத் தக்காளிகளைப்போல் கூடை கூடையாக அடைத்துக்கொண்டு கிளம்பக் காத்திருக்கும் ஆட்டோ ரிக்ஷாக்கள், கையில் குடையுடன் செய்தித்தாள் படிக்கும் தாத்தாக்கள், ஆங்காங்கே ஒன்றிரண்டு அப்பாக்கள் எனப் பள்ளியின் வாசல் பரபரப்பாக இருந்தது.

அணிலாடும் முன்றில்!

எல்லோருக்கும் நிழல் கொடுத்துக்கொண்டு இருந்த முதிர்ந்த பாதாம் மரத்தில் இருந்து, ஒரு சருகு காற்றில் அலையாடி யார் தோளிலோ விழுந்தது. அந்தக் கணம்... அந்தக் காட்சி... காலங்களின் சாட்சியாக அது நிற்பதை உணர்த்துவதுபோலப் பட்டது.

பெண்கள் கூட்டத்தில் நின்றிருந்த மனைவி என்னைப் பார்த்ததும் ஆச்சர்யம் தாங்காமல், "ஆபீஸ்ல வேலை இருக்குன்னுட்டு, இங்க நிக்கிறீங்க? சொல்லவே இல்லையே" என்றாள். "திடீர்னு வரணும்னு தோணுச்சு" என்றேன்.

மெயின் கேட் திறக்க... பூப்பூவாய் குழந்தைகள் பூத்துக்கொண்டு இருந்தன. என் பூ, என்னைப் பார்த்ததும் பரவசமாய்ப் புன்னகை பூத்தது. பிள்ளைகள் பள்ளிக்குச் செல்லும் முதல் நாளையும், ஆண்டு இறுதியில் கடைசி நாளையும் அருகிருந்து பார்க்கும் தகப்பன்கள் பாக்கியவான்கள். இந்த ஒரு நிமிடம் தரும் சந்தோஷத்தின் சக்தியில் இன்னும் ஒரு வாரம் என் சக்கரம் நிற்காமல் சுழலும்.

வழி முழுக்க மகன் கேட்டுக்கொண்டே இருந்தான். "லீவுக்கு எங்கப்பா கூட்டிப் போறீங்க? என் ஃப்ரெண்டு லண்டன் போறான்!"

நான் அதிர்ச்சியடைந்து, "லண்டன் எங்க இருக்கு தெரியுமா?" என்று கேட்டேன்.

"இது தெரியாதாப்பா? லண்டன்... லண்டன்லதான் இருக்கு" என்றான்.

லண்டனுக்கு அடுத்து அவன் பட்டியலில், தொலைக்காட்சி விளம்பரங்களில் வரும் தீம் பார்க்குகள், கடலோர ரிசார்ட்டுகள், காரும் காரும் மோதும் விளையாட்டுத் திடல்கள் என வரிசையாகக் காத்திருந்தன. கடைசியாக, "நீங்க லீவுக்கு எங்கப்பா போனீங்க?" என்றான்.

"எங்க பெரியம்மா வீட்டுக்கு!" என்றேன்.

"லண்டனா?" என்றான்.

"அம்பத்தூர்!" என்றேன்.

"அது எங்க இருக்கு?" என்றான்.

நெஞ்சில் கைவைத்து "இங்க இருக்கு!" என்றேன்.

மகன் புரியாமல் விளையாடச் சென்றான்.

என் கோடை விடுமுறை, பெரும்பாலும் பெரியம்மா வீட்டிலேயே கழியும். அம்மாவைப் பெற்ற ஆயா வீட்டில் மாமாக்கள்

விகடன் பிரசுரம்

இருப்பார்கள், மாமிகள் இருப்பார்கள், விளையாட அவர்களின் பிள்ளைகள் இருப்பார்கள். கூடவே, அன்பானதொரு கண்டிப்பும் இருக்கும். எல்லாவற்றுக்கும் மேல் சென்னை நுங்கம்பாக்கத்தில் ஆயா வீடு. ஆகையால், வெளியில் சென்று விளையாட முடியாது. வீட்டுக்குள்ளேயே கேரம்போர்டு, சதுரங்கம், நாடுகளை நம் இஷ்டத்துக்கு விற்கும் டிரேடு விளையாட்டுகள், அதிகபட்சம் மொட்டை மாடியில் மாஞ்சா காத்தாடி.

மாறாக, அம்பத்தூரில் பெரியம்மா வீடு, அன்று நகரத்தில் ஒரு கிராமம். பனை மரங்கள் சூழ்ந்த புழல் ஏரியின் பக்கத்தில் ஆங்காங்கே பாம்புகள் திரிந்துகொண்டு இருந்த அம்பத்தூர், இன்றளவுக்கு அன்று வளர்ந்திருக்கவில்லை. மழைக் காலங்களில் தவளைகளின் கச்சேரியும் பின் தொடர்ந்து வரும் பாம்புகளின் சீற்றமும் இல்லாத நகரத்தில் யார் வந்து விளையாடுவார்? ஆகையால், கிராமத்தில் வளர்ந்த எனக்கு, பெரியம்மாவின் வீடு சொர்க்கமாகத் தெரியும்.

எங்கள் ஊரில் தொலைக்காட்சிப் பெட்டி ஒரே ஒரு வீட்டில் இருந்தது. அன்றைய நாட்களில் பஞ்சாயத்து ரேடியோ தாண்டி, தொலைக்காட்சிப் பெட்டி உள்ள கிராமம்... பணக்காரக் கிராமம். ஊரில் ஏழெட்டுத் தறிகள் வைத்து நடத்திக்கொண்டு இருந்த அந்த வீட்டில் மட்டுமே தொலைக்காட்சிப் பெட்டி இருந்தது.

அலாவுதீன் அற்புத விளக்கைப்போல அதை அவர் பாதுகாத்தார். வெள்ளிக் கிழமை 'ஒலியும் ஒளியும்' பார்க்கவும், ஞாயிற்றுக் கிழமை படம் பார்க்கவும் கூட்டம் அலைமோதும். ஒலியும் ஒளியும் பார்க்க 15 காசுகள், படம் பார்க்க 25 காசுகள் எனக் கட்டணம் வசூலிப்பார். விளம்பர இடைவேளைகளில் தொலைக்காட்சியை அணைத்துவிடுவார். படம் ஆரம்பிப்பதற்கு 10 நிமிடங்களுக்கு முன்புதான் பட்டுத் தறியைச் சுருட்டி, தொலைக்காட்சிப் பெட்டி கூடத்துக்கு வரும். கூடம் நிரம்பிவிட்டால், கதவை மூடிவிடுவார்கள். இப்படிப் படம் பார்த்த எனக்கு, பெரியம்மா வீட்டில் இருக்கும் தொலைக்காட்சிப் பெட்டி ஆச்சர்யம். யாரும் காசு கேட்காமல், ஒவ்வோர் வீட்டிலும் எப்படி டி.வி. இருக்கிறது என்பது இன்னுமோர் ஆச்சர்யம்!

இரண்டு அக்காக்கள், அண்ணன், தங்கை, தம்பி எனப் பெரியம்மாவின் பிள்ளைகளோடு நாளெல்லாம் ஆட்டம்தான். காலச் சக்கரம் திரும்பிச் சுழன்றாலும், அந்த நாட்கள் திரும்ப வராதவை. எத்தனை எத்தனை விளையாட்டுகள். புழல் ஏரியில் சேலை வீசி, மீன் பிடிப்போம். சில வேலைகளில் மீன் என நினைத்து, தலைப்பிரட்டைகளைப் பிடித்து ஏமாந்துவிடுவது

உண்டு. இப்போது யோசிக்கையில், வாழ்க்கையே இந்த சுவாரஸ்யமான சின்னச் சின்ன ஏமாற்றங்கள்தானோ!

ஜல்லிக் கற்களை வைத்து ஐந்தாங் கல் ஆட்டம், ஏழாங் கல் ஆட்டம், பேப்பர் சுற்றிய கல் எறிந்து ஆடும் முதுகு பஞ்சர், கடவுளின் கண்களும் கண்டுபிடிக்காமல் ஒளியும் கள்ளன் போலீஸ், ஏணியும் பாம்பும் அலைக்கழிக்கும் பரமபதம், மரப்பாச்சி பொம்மை, மையிருட்டில் பாண்டி ஆட்டம்... என விளையாடி

விகடன் பிரசுரம்

முடிக்கையில், விடுமுறை முடிந்திருக்கும். இன்று என் மகன், வீடியோ கேம்ஸில் கார் ஓட்டிக்கொண்டு இருக்கிறான். அவன் கையில், காலத்தின் பாதையைக் கடக்கும் அவசரம்.

பெரியம்மா எனக்காகப் பார்த்துப் பார்த்துச் செய்யும். மீன் வாங்கும், கறி வாங்கும், கிடைத்துஇருந்தால் மான்கூட வாங்கி இருக்கும். விடுமுறை முடியத் தொடங்கும் கடைசி வாரத்தில், எனக்காகத் துணி எடுத்து, அளவு கொடுத்து வரும். நுனியில்

மஞ்சள் வைத்து அணியவைத்து அழகு பார்க்கும். ஏனோ அந்தத் தருணத்தில் அது அழத் தொடங்கிவிடும். அம்மா இல்லாத என்னை நினைத்து என்பது அப்போது புரியாத வயசு. தங்கை பிள்ளையானாலும் தன் பிள்ளைதானே!

ஆயினும் அப்படியும் சொல்லிவிட முடியாது. விடுமுறை நாள் சம்பவம் ஒன்று இப்போது நினைவுக்கு வருகிறது. பெரியம்மா மகனான தம்பி, பந்து எறிந்து தொலைக்காட்சியை உடைத்துவிட்டான். பெரியம்மா ஒரு கட்டையை எடுத்து அவனை அடிக்கத் துரத்தியது. பிஞ்சு வயதின் வேகத்தில் நான் ஓடிச் சென்று அவனைப் பிடித்தபடி, "பெரியம்மா! இங்க வாங்க மாட்டிக்கிட்டான்" என்றேன்.

மூச்சு வாங்க ஓடி வந்த பெரியம்மா, கட்டையைக் கீழே போட்டுவிட்டு, "ஏன்டா... என் புள்ள அடி வாங்குறதுல உனக்கு அவ்வளவு சந்தோஷமா?" என்றது.

அந்தக் கணம் என் கால்களுக்குக் கீழே தரை நான்கு அடி பிளந்தது. உள் மனசில் இருந்து ஒரு குரல் சொன்னது 'உறவு வேறு... உதிரம் வேறு!'

'நதியின் பிழையன்று நறும்புனல் இன்மை' என்பது கம்பன் வாக்கு. காலம் கடந்து இப்போது ஒரு கவிஞன், கம்பனின் கைகளைப் பிடிக்கிறான். தோட்டம் என்றால் சருகுகளும் இருக்கும்தானே?

14

மாமன்கள்

'மலையும் அதே மலைதான்
வழியும் அதே வழிதான்
மாறியிருப்பது மனசு மட்டுமே!'

– பூசன்

தேர்வுக் கூடம் பரபரப்பாகவும் பதற்றமாகவும் இருந்தது. இவன் தாமதமாகத்தான் உள்ளே நுழைந்தான். தனக்கான எண்ணையும் அதற்கான அறையையும் கண்டுபிடித்து இவன் உள்ளே நுழைகையில், எல்லா மாணவர்களும் தேர்வு எழுத ஆரம்பித்து இருந்தனர். இடம் தேடி அமர்ந்து, கைகள் நடுங்க கேள்வித்தாளை வாங்கிப் படிக்கத் தொடங்குகையில், எல்லா கேள்விகளுக்கும் விடை தெரிந்த மாதிரியும் தெரியாத மாதிரியும் இருந்தது. விடைத்தாளைத் திருத்தப் போகிறவர் மேல் பாரத்தைப் போட்டுவிட்டு, முதல் கேள்வியைப் படிக்க ஆரம்பித்தான்.

1. கீழ்க்கண்டவற்றில் ஏதேனும் மூன்று உறவுகளைப் பற்றி 150 வார்த்தைகளுக்கு மிகாமல் கட்டுரை வரைக.

அ) தாய் மாமா

ஆ) அக்கா மாமா

இ) அத்தை மாமா

ஈ) அத்தைப் பையன், மாமா பையன்

இவன் தாய் மாமாவைப்பற்றி ஏற்கெனவே எழுதிவிட்டதால், அதை சாய்ஸில் விட்டுவிட்டு, மற்ற மூன்று உறவுகளைப்பற்றி எழுதத் தொடங்கினான்.

(ஆ) அக்கா மாமா

இவனுக்கு அக்கா மாமாவை ஆரம்பத்தில் இருந்து பிடிக்கவே பிடிக்காது. தோட்டத்துக்கு பாத்தி பிரித்ததைப்போல் ஸ்டெப் கட்டிங் தலையுடனும், தெருப் புழுதியை இடம் வலமாக விரட்டி அடிக்கும் பெல்பாட்டம் பேன்ட்டுடனும், அக்காவைப் பெண் பார்க்க அவர் வீட்டுக்குள் நுழைந்தபோது, 'ஏய் இவளே... புருஷன் வீட்டுல உனக்குப் பெருக்குற வேலையே இருக்காது! அவரு பேன்ட்டே பார்த்துக்கும்!' என்று அக்காவின் தோழி ஒருத்தி சொன்னபோது, அக்கா மாமாவின் மேல் முதல் வெறுப்பு விழுந்தது.

பெண் பார்க்கும் படலத்தின்போது சிற்றுண்டி சாப்பிடுகையில், 'உப்புமாவில் கடுகு அதிகம். கடுகு எனக்குப் பிடிக்காது!' என்று ஒரு தமிழ்ப் புலவர் தொனியில் மாமா சொன்னதும், உறவினர்கள் சிரித்ததும் வெறுப்பின் அடுத்த கட்டம்.

காபி டம்ளரை வாங்கி சத்தம் போட்டு உறிஞ்சி உறிஞ்சி அவர் குடித்ததைப் பார்த்ததும், அக்காவை நினைத்து இவனுக்குப் பாவமாக இருந்தது. ஆண்கள் மனதில் பாவமாகத் தோன்றுவது, பெண்கள் மனசுக்குப் பரவசமாகத் தோன்றும்போல. அக்காவுக்கு அந்த மாமாவை ரொம்பவும் பிடித்திருந்தது. 'ரசிச்சு ரசிச்சுச் சாப்பிடுறாருரா... என்னமாப் பேசுறாரு!' என்று அக்கா சிலாகித்தது. என்ன ரசனையோ?!

திருமணம் முடிந்து மறு வீட்டுக்கு வந்திருக்கையில், அக்காவும் மாமாவும் படம் பார்க்கக் கிளம்பினார்கள். துணைக்கு இவனையும் கூட்டிச் சென்றார்கள். வேண்டா வெறுப்பாகப் போனான். இடைவேளையில், மாமா ஆண்கள் கழிவறைக்குப் பக்கத்தில் நின்று சிகரெட் பிடிப்பதைப் பார்த்துவிட்டான். வேண்டாம் வேண்டாம் என மறுத்தும் இரண்டு கோன் ஐஸ் வாங்கிக் கொடுத்தார் மாமா. நல்லவர்தானோ என்று முதல் விருப்பம் அவர் மேல் விழுந்தது.

100
5BL 334166

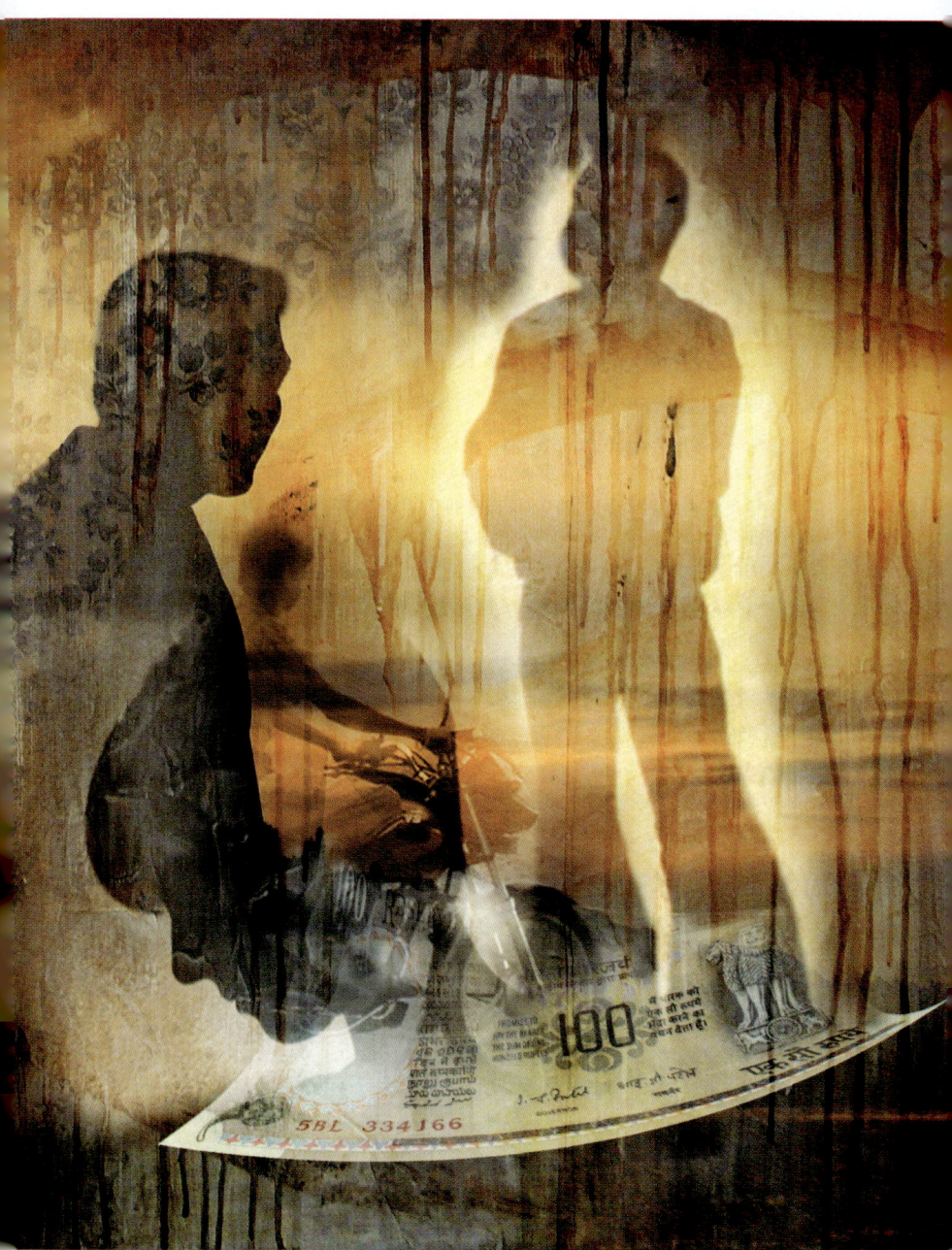

பின் வந்த நாட்களில் மைதானத்துக்குக் கூட்டிப்போய் ஸ்பின் பௌலிங் போட அவர் கற்றுக்கொடுத்ததும்; இவனையும் ஒரு பெரிய மனுஷனாக நினைத்து தன் பைக்கை ஓட்டச் சொல்லி பின்னால் அவர் அமர்ந்து வந்ததும், அவர் மீதான விருப்பத்தின் அடுத்தடுத்த கட்டங்கள்.

இன்று இவன் வளர்ந்துவிட்டான். வாழ்வின் வெவ்வேறு தருணங்களில், வெவ்வேறு பிரியங்களை அவரிடம் இருந்து இவன் பெற்றிருக்கிறான்.

சில நேரங்களில் தந்தையாகவும், சில நேரங்களில் அண்ணனாகவும், சில நேரங்களில் தோழனாகவும் உணர வைப்பதுதான் அக்கா மாமா உறவோ!

(இ) அத்தை மாமா

அத்தைகளிடம் இருக்கும் நெருக்கம், அத்தை மாமாக்களிடம் எப்போதும் எந்தப் பிள்ளைகளுக்கும் வாய்ப்பது இல்லை. தன் வீட்டில் அந்நியர்போல அத்தை மாமாவையும், அவர் வீட்டில் அந்நியன்போல் தன்னையும் அடிக்கடி இவன் உணர்வது உண்டு.

ஒவ்வொரு விடுமுறைக்கும் அத்தை வீடுகளுக்குச் செல்லும்போது, அத்தை மாமாக்களின் கண்களைப் பார்க்கக் கூச்சப்பட்டு, இவன் தலை குனிந்தே பேசுவான். அத்தை மாமாக்களுக்கும் அப்படி ஒரு கூச்சம் இருக்கிறது என்பது இவனது அவதானிப்பு.

விடுமுறை முடிந்து ஊருக்குக் கிளம்புகையில், ‘மாமாவிடம் சொல்லிட்டுப் போ!’ என்று அத்தை சொல்லும். இவன் அவரிடம் போய், ‘நான் ஊருக்குக் கிளம்பறேன் மாமா!’ என்பான்.

‘இன்னும் ஒரு வாரம் இருந்துட்டுப் போலாமே!’ என்பார்.

‘இல்ல... அடுத்த வாரம் ஸ்கூல் திறக்குறாங்க’ என்பான்.

அவர் ஆண்டுதோறும் கேட்கும் அதே பழைய கேள்வியை மீண்டும் புதிதாகக் கேட்பார், ‘ரிசல்ட் வந்துருச்சா? என்ன கிளாஸுக்குப் போற?’

இவன் தன் புதிய பதிலைப் பழைய தொனியில் சொல்வான். பின்பு அவர் லுங்கியை மடித்துக் கட்டி எழுந்தபடி, ஹேங்கரில் தொங்கும் பேன்ட்டில் இருந்து பர்ஸை எடுத்து, ‘இந்தா வெச்சுக்க!’ என்று 20 ரூபாய் கொடுப்பார். இவன் மறுத்தாலும் பாக்கெட்டில் திணிப்பார்.

அவருக்குத் தெரியாமல் அத்தை கொடுத்த 100 ரூபாய் ஏற்கெனவே பாக்கெட்டில் இருக்கும். அந்த 100 ரூபாயில் அவரது

விரல்கள் உரசுகையில், இவன் நெஞ்சை ஒரு குற்ற உணர்வு உரசும்.

சட்டையைப் போட்டுக்கொண்டு பேருந்து நிலையம் வரை வந்து வழி அனுப்புவார். வழிஎல்லாம் 'அந்த 100 ரூபாய் எப்படி வந்தது?' என்று அவர் கேட்டுவிடுவாரோ என்கிற குறுகுறுப்பு இருந்துகொண்டே இருக்கும். அது எப்படி வந்தது என்று அவருக்குத் தெரியும் என்றாலும், கடைசி வரை கேட்க மாட்டார்.

இந்த அத்தை மாமா வீடு மட்டும் இல்லை, எல்லா அத்தை மாமா வீட்டில் இருந்து கிளம்பும்போதும், இவன் சட்டை பாக்கெட்டில் ஒரு 100 ரூபாய் குறுகுறுப்பு இருந்துகொண்டே இருக்கும், கூடவே அத்தை மாமாக்களின் 20 ரூபாய் பிரியமும்!

(ஈ) அத்தைப் பையன், மாமா பையன்

இவன், தன்னைவிட வயதில் மூத்த அத்தை பையன்களையும், மாமா பையன்களையும், மாமா என்றே அழைப்பான். ஐந்தாறு மாதங்களே வயது வித்தியாசம் என்றாலும்கூட, மாமா என்று அழைக்காவிட்டால், திட்டு விழும். இவன் வயதுக்குக் கீழே உள்ள முறைப் பையன்கள், இவனை மாமா என்பார்கள்.

ஞாயிற்றுக் கிழமை கிரிக்கெட் ஆட்டங்களில் இவன் தோளுக்கு மேல் வளர்ந்த அத்தைப் பையன்கள், இவனை மாமா என்று கூப்பிட்டுப் பந்து எறிகையில், மற்ற நண்பர்கள் கேலி செய்வார்கள். இவனுக்கு எரிச்சலாக இருக்கும்.

அத்தைப் பையன், மாமா பையன் என முறைப் பையன்களுடனான உறவு எப்போதும் விநோதமானது.

பால்யத்தில் இவனும் இவனது அத்தைப் பையனும் ஒரே பெண்ணைக் காதலித்தார்கள். காதலிப்பது என்றால், தூரத்தில் நின்று பார்ப்பது. கூட்ட நெரிசலில் ஒரே பேருந்தில் பயணிக்கையில், டிக்கெட் வாங்கி சில்லறையுடன் பாஸ் செய்வது. அந்தப் பெண் சென்றுவிட்டதே தெரியாமல் அவள் படிக்கும் பள்ளிக்கூட வாசலில் அநாதையாகக் காத்திருப்பது.

யார் போய் அவளிடம் முதலில் பேசுவது என்கிற போட்டியில், இவனும் இவனது அத்தைப் பையனும் கடைசி வரை அவளிடம் பேசாமலே இருந்தார்கள். யாருக்கு முதலில் ஓ.கே. ஆனாலும், அடுத்த நாளே அவள் மற்றவருக்குத் தங்கை என்பது இவர்களுக்குள்ளான ரகசிய உடன்பாடு. அவள் அப்பாவுக்கு டிரான்ஸ்ஃபர் ஓ.கே. ஆகி, அவள் கண்காணாத ஊருக்குச் சென்று, வேறு யாருக்கோ ஓ.கே. ஆகிப் போனாள்.

அணிலாடும் முன்றில்!

மாமா பையன்களிடமும் இவனுக்கு அந்நியோன்யம் அதிகம். வீட்டுக்குத் தெரியாமல் பைக்கில் செல்வது, படம் பார்ப்பது, பீர் அடிப்பது என எல்லாத் திருட்டுத்தனங்களையும் இவனுக்கு அவர்களும்; அவர்களுக்கு இவனும் பரஸ்பரம் கற்றுத்தந்தே பால்யத்தைக் கடந்து வந்திருக்கிறார்கள். அத்தைப் பையன், மாமா பையன் உறவை, நண்பர்களுக்கு இடைப்பட்ட இடத்தில் நிறுத்துவதா? நண்பர்களுக்கு மேற்பட்ட இடத்தில் நிறுத்துவதா என இவன் குழம்பிக்கொண்டு இருக்கிறான்.

விடை எழுதி முடிந்ததும் தேர்வுத் தாளைக் கண்காணிப்பாளரிடம் கொடுத்துவிட்டு, இவன் வெளியே வந்தான். இன்னும் சில கேள்விகளுக்குப் பதில் எழுதாமல் வந்தது உறுத்திக்கொண்டே இருந்தது. அடுத்த தேர்வில் பார்த்துக்கொள்ளலாம் என நடக்கத் தொடங்கினான்!

15

முறைப் பெண்கள்

‘உடைந்த வளையல் துண்டு
குளத்தில் எறிந்தேன்
எத்தனை முழுவளையல்கள்!’

– அறிவுமதி

பட்டிமன்றம் முடிந்து, பேச்சாளர்களும் கூட்டமும் கிளம்பிச் சென்ற பின், மேடையில் இருந்த நாற்காலிகள் தங்களுக்குள் பேசிக்கொண்டன.

தலைமை நாற்காலி சொன்னது, “நாம் இப்போது புதிதாக ஒரு பட்டிமன்றம் தொடங்குவோம். தலைப்பு… ‘அன்பில் சிறந்தவர்கள் அத்தைப் பெண்களா? மாமா பெண்களா?”

ஏற்கெனவே இரு அணிகளாகப் பிரிந்து இருந்த நாற்காலிகளில் முதல் அணியைச் சேர்ந்த நாற்காலி தன் வாதத்தை ஆரம்பித்தது…

“தலைவர் அவர்களே! ‘தலை’ ‘மை’ நரைத்ததால்தான் நீங்கள் ‘தலைமை’ப் பொறுப்பை ஏற்றிருக்கிறீர்கள்.”

அரங்கில் இருந்த காலி நாற்காலிகள் கை தட்ட, தலைமை நாற்காலி இடைமறித்துச் சொன்னது.

அணிலாடும் முன்றில்!

"இது சுத்த நரை அல்ல, பித்த நரை" காலி நாற்காலிகள் மீண்டும் கை தட்டின.

முதல் அணி நாற்காலி தொடர்ந்தது...

"அது பித்த நரையோ, மத்த நரையோ... உங்கள் பேரனுக்கும் உங்களுக்கும் ஒரே வயதென்று கேள்வி."

இப்போது மீண்டும் தலைமை நாற்காலி சொன்னது...

"இல்லை, இல்லை... என் பேரன் என்னை விட இரண்டு வயது பெரியவன்."

கை தட்டுவதற்காகவே காத்திருந்த காலி நாற்காலிகள் கை தட்டி ஆர்ப்பரிக்க, முதல் அணி நாற்காலி சிரிப்புடன் சொன்னது;

"ஒப்புக்கொள்கிறேன் நடுவர் அவர்களே, உங்கள் தலைமை இது இளமை. நீங்கள் நடந்தால் நடனம்; பேசினால் புதினம்; எங்கள் அணிக்கு எதிராக நீங்கள் தீர்ப்பு சொன்னால், நடக்கும் கலகம்."

காலி நாற்காலிகள் விசில் அடிக்க... தலைமை நாற்காலி மீண்டும் இடைமறித்துச் சொன்னது, "அதனால்தான் நான் இந்த வாரம் முழுக்க விரதம். மௌன விரதம்!"

விசில் சத்தம் கூரையைப் பிளந்தது. அது பிளந்த இடைவெளியில், கூரைக்கு மேலே பறந்த இரண்டு பறவைகள் உள்ளே வந்து ஆர்வமாகக் கவனிக்க ஆரம்பித்தன.

முதல் அணி நாற்காலி கீழே குனிந்து தண்ணீர் பாட்டிலை எடுத்துக் குடித்துவிட்டுத் தொடர்ந்தது, "நடுவர் அவர்களே... அன்பில் பெரிதும் சிறந்தவர்கள் அத்தைப் பெண்களே. அத்தை என்பவர் தந்தையின் உதிரத் தொடர்ச்சி. அத்தைப் பெண், வம்சத்தின் தொடர்ச்சி." நடுவர் நாற்காலி இடைபுகுந்து, "மகிழ்ச்சி மகிழ்ச்சி!" என்றது.

"அதனால்தான் நடுவர் அவர்களே, சினிமா கவிஞர்கள்கூட அத்தைப் பெண்ணைப்பற்றி அத்தனைப் பாடல்களை எழுதி இருக்கிறார்கள். யாருமே மாமன் மகளைப்பற்றி எழுதவே இல்லை."

"அவர்களுக்கு மாமா பெண்கள் இல்லாமல் இருக்கலாம்" என்று நடுவர் நாற்காலி சொல்ல, அரங்கம் அதிர்ந்தது. ரிக்டர் அளவுகோலில் கணக்கிட்டால், அந்த அதிர்வு சுனாமிக்கு முந்தைய பூகம்பமாகக்கூட இருக்கக் கூடும். முதல் அணி நாற்காலி, இப்போது இலக்கியத் தமிழில் இருந்து பாமரத் தமிழுக்கு இறங்கி வந்தது.

"எனக்கெல்லாம் ஒரு அத்தைப் பெண்ணு இருந்தா... அம்புட்டு அழகு. என்னைத்தான் கட்டிக்குவேன்னு சொல்வா. சின்ன வயசில

இருந்து, அவளுக்கு நானு... எனக்கு அவளு வளர்ந்தோம்" என்று சொல்ல...

''அப்படி வாங்கய்யா கதைக்கு'' என்று நடுவர் நாற்காலி எடுத்துவிட, அரங்கம் இப்போது கூரையையும் பிளக்காமல் அதிரவும் செய்யாமல் புன்னகைத்தது.

''அஞ்சாப்பு படிக்கையில அப்பா - அம்மா விளையாட்டு விளையாடுவோம். அந்தப் புள்ள சொப்பு வெச்சி சமைக்கும். நான் ஆபீஸ் போய்ட்டு வருவேன். மண்ணும் கல்லுமா சோத்தைப் பிணைஞ்சி ஊட்டிவிடும் பாருங்க... அதுக்கப்புறம் அந்த மாதிரி ருசியான சாப்பாட்டை இன்ன வரைக்கும் நான் சாப்பிட்டதே இல்ல."

"அபாரம்... அபாரம்!" என்றது நடுவர் நாற்காலி.

"நான் பரீட்சைக்குப் படிக்கும்போது, தேத்தண்ணி வெச்சிக் குடுக்கும். எங்க மாமா சட்டையை நான்தான் தொவைப்பேன்னு அடம்புடிக்கும். அந்தக் காலம் திரும்பி வராதய்யா."

அரங்கம் தங்கள் நினைவுகளில் மூழ்கிக்கொண்டு இருந்தது.

"உம்... சொல்லுங்க சொல்லுங்க, அப்புறம் என்னாச்சி?" என்றது தலைமை.

''படிச்சி முடிச்சி வேலை கெடச்சதும், அவளைத்தான் கல்யாணம் பண்ணிப்பேன்னு ஒத்தைக் காலில் நின்னேன். சொந்தத்துல கல்யாணம் பண்ணா, பொறக்குற கொழந்தைக்கு ரத்த சம்பந்தமான நோய் வரும்னு வீட்டுல மறுத்துட்டாங்க."

''அது நெசம்தான்யா... விஞ்ஞானம் சொல்லுது'' என்றது தலைமை.

"விஞ்ஞானம் ஆயிரம் சொல்லும். மனசு கேக்கலை. அந்தப் புள்ளகிட்ட 'எங்கயாவது ஓடிப் போயி, இட்லிக் கடை போட்டுப் பொழைக்கலாம்'னு சொன்னேன். அதுக்கு அது சொல்லிச்சி, 'மாமா... எனக்குப் பொறக்குற குழந்தை நல்லா இல்லன்னாக்கூட பரவாயில்லை. உங்க வம்சம் தழைக்கணும். வேற பொண்ணைப் பார்த்துக் கல்யாணம் பண்ணிக்குங்க'னு சொல்லிட்டு, ரொம்ப நேரம் அழுதுக்கிட்டே இருந்துச்சி."

அரங்கில் இருந்த நாற்காலிகள் எல்லாம் இந்தக் கதையைக் கேட்டு ஈரமாக, முதல் நாற்காலி தொடர்ந்தது.

"இப்ப சொல்லுங்க நடுவர் அவர்களே... அன்பில் சிறந்தவங்க அத்தைப் பொண்ணுங்கதானே?"

''உண்மைதான்யா. எதுக்கும் எதிர் அணி விவாதத்தையும்

கேட்போம். மாமா பெண்களே அன்பில் சிறந்தவர்கள்னு பேச... பேச்சுப் புலி பிரம்பு நாற்காலியை அழைக்கிறேன்" என்று தலைமை சொல்ல, எதிர் அணி பிரம்பு நாற்காலி எழுந்தது.

"நடுவர் அவர்களே... அத்தைப் பெண்களைப் பற்றி ஆயிரம் பாட்டு வந்தாலும், எங்க அணியைப்பற்றி சொல்ல ஒரு பாட்டு போதும்... 'மாமா உன் பொண்ணைக் கொடு, ஆமா... சொல்லிப்புடு!'" என்று கரகரப்பான குரலில் பாடிக்காட்ட, அரங்கம் கலகலப்பானது.

"சபாஷ்... சரியான போட்டி" என்றது தலைமை.

"தலைவர் அவர்களே... 'மாமன் அடிச்சாரோ மல்லிகைப்பூ செண்டாலே? அத்தை அடிச்சாளோ அரளிப்பூ செண்டாலே?' என்று ஒரு தாலாட்டுப் பாட்டே நம்மிடையே இருக்கிறது. அத்தை வழி உறவுகளைவிட, மாமன் வழி உறவுகளையே இது முன்னிலைப் படுத்துகிறது. நம் சமூகம் தாய் வழிச் சமூகம். ஆகையால், மாமன் மகள்களே அன்பில் சிறந்தவர்கள்" என்று பிரம்பு நாற்காலி வாதிட,

"இதுகூட நல்லாத்தான்யா இருக்கு" என்று தலையாட்டியது தலைமை.

"நடுவர் அவர்களே... எதிர்க் கட்சிப் பேச்சாளர் மட்டும்தான் கதை சொல்வாரா? நானும் சொல்கிறேன். எனக்கும் ஒரு மாமா பொண்ணு இருந்தாய்யா..." என்று பிரம்பு நாற்காலி ஆரம்பிக்க,

"அப்படிப் போடு!" என்றது தலைமை. கதை கேட்க, காது மடல்களை விரிக்கத் தொடங்கின நாற்காலிகள்.

"சொப்பு விளையாடுவாங்க ளாம்... அந்தம்மா ஊட்டிவிடுமாம். என்னய்யா வெறும் மண்ணுச் சோறு. எனக்கு மீன் கொழம்பு ரொம்பப் பிடிக்கும்னு, பத்து வயசிலயே மீன் சமைக்கக் கத்துக்கிட்டாய்யா என் மாமா பொண்ணு."

"பலே... பலே!" என்றது தலைமை.

"மீனைக் கடையில போயி வாங்க மாட்டா. அவளே ஆத்துக்குப் போயி புடிச்சுட்டு வருவா. முள் இல்லாம அவ மீனோட சதையை மட்டும் எடுத்துக் கொடுக்கக் கொடுக்க... நான் ருசிக்க ருசிக்க... அதுதான்யா சொர்க்கம்!"

அரங்கின் நாற்காலிகள், "அடடா... அடடா!" என்று கை தட்டிக்கொண்டு இருந்தன.

"என்னய்யா, ரத்த சம்பந்தமான நோய் வரும். சயின்ஸு சொல்லுதுன்னு பயமுறுத்தறீங்க. எனக்கு நீ கொழந்தை... உனக்கு

விகடன் பிரசுரம்

அணிலாடும் முன்றில்!

நான் கொழந்தைன்னு வாழ வேண்டியதுதானே!" என்று உணர்ச்சிவசப்பட்ட பிரம்பு நாற்காலி, பின்பு தன்னை ஆசுவாசப்படுத்திக்கொண்டு...

"அம்புட்டுப் பிரியமா இருந்த அந்தப் புள்ளைய எனக்குக் கட்டிவைக்கல. பொருளாதார ஏற்றத்தாழ்வைக் காரணமாக் காட்டிப் பிரிச்சிவெச்சிட்டாங்க. அந்தப் புள்ள அதைத் தாங்காம, தற்கொலை பண்ணிக்கிடுச்சி. இன்னிக்கும் என் பொண்டாட்டிய நான் தொடும்போதெல்லாம், அந்தப் புள்ளகிட்ட மன்னிப்பு கேட்டுட்டுதான் தொடுறேன்" என்று பிரம்பு நாற்காலி தன் கண்ணீரைத் துடைக்க, அரங்கம் முழுக்க அழுதுகொண்டு இருந்தது.

தலைமை நாற்காலி தன் தீர்ப்பைச் சொல்ல வந்தது... "அன்பில் சிறந்தவர்கள் அத்தைப் பெண்கள், மாமா பெண்கள் இருவருமே என்றுதான் நான் சொல்ல நினைத்தேன், இப்போது குழப்பமாக இருக்கிறது. ஆகையால், இந்தத் தீர்ப்பைப் பார்வையாளர்களிடமே விட்டுவிடுகிறேன்" என்று சொல்லி முடிக்க, தங்களது தீர்ப்பை மனதில் சுமந்தபடியே பார்வையாளர்களாக இருந்த நாற்காலிகள் நகரத் தொடங்கின!

16

சித்தப்பா

'சிறகில் இருந்து பிரிந்த
இறகு ஒன்று
காற்றின் தீராத பக்கங்களில்
ஒரு பறவையின் வாழ்வை
எழுதிச் செல்கிறது!'

– தர்மு சிவராம் பிரமிள்

கூட்டுக் குடும்பத்தில்
சித்தப்பாக்களுடன் வளர்ந்த
குழந்தைகள்
வளர்ந்த பிறகும்
அம்மாவை
அண்ணி என்று அழைக்கும்!

என்று முன்பு நான் ஒரு கவிதை எழுதி இருந்தேன். என் அம்மாவைப் பெற்ற ஆயா வீடு, எப்போதும் கலகலப்பாக இருக்கும். ஐந்து மாமாக்கள், மாமிகள், அவர்களின் பிள்ளைகள்

அணிலாடும் முன்றில்!

என எல்லோரும் கூட்டுக் குடும்பமாக ஒரே வீட்டில் வசித்ததால், குதூகலத்துக்குக் குறைவே இல்லை. ஒவ்வொரு முறை விடுமுறைக்குச் செல்லும்போதும் என்னை ஆச்சர்யப்படுத்துவது மூத்த மாமாவின் பிள்ளைகள். மூத்த மாமாவின் இரண்டு பிள்ளைகளும் அவர்களின் அம்மாவை 'அண்ணி' என்றே அழைப்பார்கள்.

"யாராவது அம்மாவை அண்ணினு கூப்பிடுவாங்களா?" என்று அவர்களை நான் கேலி செய்வேன்.

"என்ன பண்றது? எல்லா சித்தப்பாவும் எங்க அம்மாவை அண்ணின்னு கூப்பிடுறதைச் சின்ன வயசுல இருந்து பார்க்கறதுனால, நாங்களும் அப்படியே கூப்பிட ஆரம்பிச்சுட்டோம்" என்பார்கள்.

"அம்மான்னு கூப்பிடச் சொல்லி மாமி அடிக்கலையா?" என்று கேட்பேன்.

"அடிச்சிருப்பாங்க... யாருக்கு ஞாபகம் இருக்கு!" என்று சிரிப்பார்கள்.

இன்று வரை அவர்கள் தங்கள் அம்மாவை 'அண்ணி' என்றுதான் அழைக்கிறார்கள். தன் பிள்ளைகள் தன்னை 'அம்மா' என்று அழைக்காத வருத்தம் மாமியின் மனதில் இருக்குமா என்பதை நான் அறியேன்.

இந்த அனுபவத்தில் மேற்குறிப்பிட்ட கவிதையை நான் எழுதியபோது நிறைய வாசகர்கள், தாங்களும் தங்கள் அம்மாவை 'அண்ணி' என்று அழைப்பதாகக் குறிப்பிட்டார்கள். ஒவ்வொரு முறையும் தன் அம்மாவை 'அண்ணி' என்று அழைக்கும்போது, எங்கோ தொலை தூரத்தில் வாழும் சித்தப்பாவின் முகம் அந்தக் கணத்தில் கண் முன் வந்து போகும் என்று ஒரு வாசகர் சொன்னபோது, நான் நெகிழ்ந்துபோனேன்.

சித்தப்பாவின் பாதிப்புகள் இல்லாமல் பால்யத்தைக் கடந்து வந்தவர்கள் மிகச் சிலரே. சித்தப்பாக்களின் நிழலில் வளர்ந்த சின்னஞ்சிறு செடிகள்தானே நாம்.

விகடன் பிரசுரம்

அணிலாடும் முன்றில்!

சித்தப்பாக்களின் தோள்களில் அமரும் பிள்ளைகள் இந்த உலகத்தை இன்னும் கொஞ்சம் கூடுதல் உயரத்துடன் பார்க்கிறார்கள். ஞாயிற்றுக் கிழமையின் காலைகளில் ஆட்டுக் கறி வாங்குவதற்காக சைக்கிளில் கிளம்பும் சித்தப்பாவின் பின் இருக்கையில் இடம் பிடிக்கும் பிள்ளைகள் பாக்கியசாலிகள்.

தோல் உரித்த ஆடுகள் வாலுடன் தொங்கும் கறிக் கடையில், காதுகள் மடங்கி தனித்தனியாக வெட்டிவைக்கப்பட்டு இருக்கும் ஆட்டுத் தலைகளும்; அவற்றின் வெறித்த கண்களும் கொடுக்கும் பயத்தில் சித்தப்பாவின் கால்களைக் கட்டிக் கொண்டு, ஓரக்கண்ணால் கசாப்புக் கடைக்காரரின் ரத்தத் துளிகள் படிந்த பனியன்களைத் தரிசிக்கும் பிள்ளைகள் இன்னும் பாக்கியசாலிகள். வாழ்வின் அச்சத்தை ஆச்சர்யமாகவும், ஆச்சர்யத்தை அனுபவமாகவும் மாற்றும் அழகிய தருணம் அது.

"எங்க சித்தப்பா படிக்கிற காலேஜ் இது!" என்று பள்ளிப் பேருந்தின் ஜன்னல் வழியே சக நண்பனுக்குக் கை காட்டிக் குதூகலிக்கும் குழந்தைகளின் கண்களில் இருக்கும் பிரியங்களைக் கவனித்து இருக்கிறீர்களா? அந்தக் கண்களில் தெரிவது பிரியம் மட்டும்தானா? சித்தப்பாக்களிடம் இருந்து கிடைத்த கூடுதல் சுதந்திரத்தின் கொண்டாட்டமும்தானே?

உண்மையில் அப்பாக்களிடம் இருந்து கிடைக்காத சுதந்திரத்தின் சாவியை சித்தப்பாக்களிடம் இருந்தே குழந்தைகள் பெற்றுக்கொள் கின்றனர். அந்தச் சாவி திறக்கும் உலகத்தின் அதிசயங்கள் அளவிட முடியாதவை.

அந்த உலகத்தில் கண்டிப்பு இல்லை. கட்டளை இல்லை. வீட்டுப் பாடங்கள் இல்லை. 'ஏன், வீட்டுப் பாடம் செய்யவில்லை?' எனக் கையில் பிரம்புடன் கேள்வி கேட்கும் கண்ணாடி டீச்சரும் இல்லை.

சித்தப்பாக்கள் சைக்கிளில் இருந்து கவாஸாகி பைக்குகளுக்கு மாறும் அதே தருணத்தில், குழந்தைகள் பால்யத்தில் இருந்து பருக்கள் அடர்ந்த முகத்துக்கு மாறிவிடுகிறார்கள். அப்போதே சித்தப்பா நண்பனாகிவிடுகிறார்.

தெரு முனை டீக்கடை மறைவில் சிகரெட் பிடித்துக்கொண்டு இருக்கையில், அவ்விடத்தில் தற்செயலாக எதிர்ப்படும் சித்தப்பாவின் கண்கள் கண்டும் காணாததுபோல் விலகிச் செல்லும் மர்மம் தோழமை அன்றி வேறு என்ன?

கல்லூரி முடிந்து, பொருளாதாரத்தின் வேர் தேடிப் போராடும் சித்தப்பாக்களை அருகில் இருந்து பார்க்கையில்,

சித்தப்பாக்களுடனான நெருக்கம் இன்னும் கொஞ்சம் கூடுதல் பிரியங்களைச் சேர்த்துக்கொள்ளும். வேலை இல்லாதவனின் பகலும், நோயாளிகளின் இரவும் நீளமானவை என்பதைப்போல... சித்தப்பாக்கள், சித்தப்பாக்களாக இல்லாத தருணங்கள் அவை.

ஏதோ ஒரு கணத்தில் ரேஷன் அட்டையை நீட்டி வாங்க வேண்டிய பொருட்களை நினைவுபடுத்துகையில், வாழ்வின் சூன்யத்தை சித்தப்பாவின் கண்கள் எதிர்கொள்கின்றன. ஒவ்வொரு வேளையும் தன் தட்டில் உணவு விழுகையில், தான் ஒரு சுமைதானோ என சித்தப்பாக்கள் நினைக்கையில், அந்த உணவும் சுமையாகிவிடுகிறது.

தற்காலிகமாக ஜவுளிக் கடைகளில் கணக்கு எழுதும் சித்தப்பாக்கள், தங்கள் பிரியங்களின் நிழலில் வளர்ந்து பெரியவர்களான குழந்தைகளிடம் இருந்து நிரந்தரமாக விலகிவிடுகிறார்கள்.

சித்தப்பாக்களுக்கும் சித்திகள் கிடைக்கா மலா போய்விடுவார்கள்? கனகாம்பரக் கலர் தாவணியும், பட்டுப் பாவாடையும் அணிந்த உறவுக்காரப் பெண் வாசலில் நின்று பன்னீர் தெளிக்க, உடைந்து எண்ணெய் வழியும் அப்பளங்கள் கூடைகளில் பயணிக்க, நண்பர்கள் சாக்லேட்டுடன் ஸ்டாப்ளெர் பின் அடித்து நல்வாழ்த்துகள் சொல்ல, சித்தப்பாக்கள் கல்யாணம் முடிந்து சித்திகளுடன் வருகிறார்கள்.

வாழ்க்கைக் காற்று அவர்களைத் திசை மாற்றிப் போட... மீண்டும் ஏதோ ஒரு கல்யாணத்தில், அல்லது ஒரு மரண வீட்டில், அல்லது வேறு விசேஷங்களில் சித்தப்பாக்களுடன் நாம் அமர்ந்து இருக்கையில், சட்டென நம் பால்ய காலம் காலச் சக்கரத்தில் ஏறிச் சுழன்று வருவதை சித்தப்பாக்கள் அறிவார்களா?

'நதியாலே வளரும் மரங்களுக்கு
நதி மீது இருக்கும் பிரியங்களை
நதி அறியுமா? அது உணருமா?
கரையோரக் கனவுகள் எல்லாம்...'

என்று 'யாரடி நீ மோகினி' திரைப்படத்தில் 'ஒரு நாளுக்குள் இத்தனை கனவா?' என்ற பாடலில் நான் எழுதிய வரிகள்தான் நினைவுக்கு வருகின்றன.

இப்போதும் ஞாயிற்றுக் கிழமைகளில் கறிக் கடைகளில் காத்திருக்கும் கூட்டத்தில் பிஞ்சு முகங்களைக் காண நேர்கையில், அந்தக் குழந்தைகள் தங்கள் சித்தப்பாக்களுடன்தான் வந்திருக்கும்

அணிலாடும் முன்றில்!

என்றும், அந்தக் குழந்தைகளுக்கு வாழ்வின் அச்சங்கள் ஆச்சர்யமாகவும், ஆச்சர்யங்கள் அனுபவங்களாகவும் மாற வேண்டும் என்றும் மனசு நினைத்துக்கொள்கிறது!

17

 அண்ணி

'நாளைக்குக் கல்யாணமாகிப் போற காளியம்மா மதினிகூட வளையல் குலுங்க, இவன் கன்னத்தைக் கிள்ளிவிட்டு ஏச்சங்காட்டுவாள். இந்தக் காளியம்மா மதினிக்கு சிறுசில் இவனைத் தூக்கி வளர்த்த பெருமைக்காக, இவன் குண்டிச் சிரங்கெல்லாம் அவள் இடுப்புக்குப் பரவி, அவளும் சிரங்கு பத்தியாய் தண்ணிக்குடம் பிடிக்க முடியாமல் இடுப்பைக் கோணிக் கோணி நடந்து போனாள். இப்போதும் சிரங்குத் தடம் அவள் இடுப்பில் இருக்கும்.'

— கோணங்கி

('மதினிமார்கள் கதை' தொகுப்பில் இருந்து...)

யாரோ எங்கிருந்தோ காற்றில் சுண்டிய ஒரு ரூபாய் நாணயம் அணிலாடும் முன்றிலில் வந்து விழுந்தது. தலை கிறுகிறுத்து, ஏழெட்டுச் சுற்று சுற்றிவிட்டுத் தன் அதிர்வடங்கி அமர்ந்தது. நாணயத்தில் இருந்த பூவும் தலையும், தாங்கள் எங்கு இருக்கிறோம் என ஒரு முறை பார்த்துக்கொண்டன. பூ, தலையில் இருந்தது. தலை, தரையில் இருந்தது. இரண்டும் அணிலாடும் முன்றிலில் இருந்தன.

"இந்த இடம் 'அணிலாடும் முன்றில்'" என்றது பூ, தலையிடம்.

"அப்படியா? இந்த வாரம் என்ன உறவு? இரு, நான் எட்டிப்பார்த்துவிட்டு வருகிறேன்..." என்று தலை சொன்னது.

"வேண்டாம். நான் ஏற்கெனவேபார்த்து விட்டேன். இந்த அத்தியாயத் தலைப்பு 'அண்ணி.' " என்றது பூ.

"அப்படியா? கட்டுரை எப்படி இருக் கிறது?" என்றது தலை.

"கதை சொல்லும் பாணியில் சொல்லப்பட்டு இருக்கிறது" என்றது பூ.

"என்ன கதை?" தலை கேட்க,

"நீயே பார்த்துக்கொள்ளேன்..." என்றது பூ. இரண்டும் எட்டிப் பார்த்தன.

அண்ணி வந்த கதை!

தினம் தினம் நாம் பார்த்துக்கொண்டு இருக்கும் செடியில் நமக்கே தெரியாமல் திடீர் என்று ஒருநாள் புதிதாகப் பூ பூத்து இருப்பதைப்போல, நம் வீட்டுக்குள் வந்து விடுகிறார்கள் அண்ணிகள்.

வாசல் கோலத்தின் அரிசி மாவில் விருந்து உண்ண வரும் எறும்புகள் வாய் பிளந்து அண்ணிகளை ஆச்சர்யத்துடன் பார்த்துக்கொண்டு இருக்கையிலேயே, தோட்டம் சுத்தமாக; வீடு நேராக; கொல்லைப்புறத்துக் கொடிக் கயிற்றில் வானவில் வானவில்லாகப் புதிய புதிய புடவைகள் காயத் தொடங்குகின்றன.

அம்மாவின் அதே பழைய ருசியில் இருந்து திசை தப்பி, அண்ணி கைச் சமையலின் புதிய ருசிக்கு நாக்கின் சுவை மொட்டுக்கள் மலரத் தொடங்குகையில்; அம்மாவின் கோபம் அஞ்சறைப் பெட்டியில் குறுமிளகாக ஒளிந்துகொள்கிறது.

இத்தனை நாள் சொல்லியும் கேளாமல் இரவு 11 மணிக்கு மேல் லேசான பீரும்; பெட்டிக் கடை ஹால்ஸும் கலந்த வாசனையுடன் வந்து கதவைத் தட்டும் பிள்ளைகள், அண்ணி வந்த இரண்டொரு நாட்களில்... கதவைத் திறக்கும் அண்ணியின் கண்களைச் சந்திக்கக் கூச்சப்பட்டு, 8 மணிக்குள்ளாகவே வீட்டுக்குள் அடங்கிவிடுகையில், அம்மா கையில் இருந்த கொத்துச் சாவி, அண்ணியின் கைகளுக்கு இடம் மாறிவிடுகிறது.

அண்ணியால் வளர்ந்த கதை!

அண்ணி வந்த பிறகு, அண்ணனுடனான நமது உரையாடல்களைக் கவனித்து இருக்கிறீர்களா? நம்மை அறியாமலேயே ஒரு கூடுதல் மரியாதையை நம் உதடுகளில் இருந்து அண்ணனுக்குப் பெற்றுத்

விகடன் பிரசுரம்

தருகிறாள் அண்ணி. அண்ணனின் பழைய சட்டையை அணிவதைத் தவிர்த்து, நமக்கான சட்டையை நாமே தேடிக்கொள்ளும் தன்னம்பிக்கையை அண்ணிகளிடம் இருந்தல்லவா நாம் பெற்றுக் கொள்கிறோம்.

அண்ணிகள் மிகவும் விரும்பிக் கேட்ட கல்கி யின் பொன்னியின் செல்வனையும்; சுஜாதாவின் ஸ்ரீரங்கத்துத் தேவதைகளையும்;

அணிலாடும் முன்றில்!

லெண்டிங் லைப்ரரியில் தேடிப் பிடித்து எடுத்து வருகையில், அண்ணிகளின் வாசிப்புப் பழக்கம் நமக்கும் அல்லவா ஒரு புதிய ஜன்னலைத் திறந்து வைக்கிறது.

அண்ணியின் தங்கை, வீட்டுக்கு வருகையில் நம்மை அறியாமல் ஒரு குறுகுறுப்பு நம்மைத் தொற்றிக்கொள்கிறது. அத்தனை ஜாக்கிரதையாக இருந்தும் அண்ணியின் கண்கள் அதை அறிந்து, "அவ எப்பவுமே க்ளாஸ் ஃபர்ஸ்ட். ப்ளஸ் டூ முடிச்சதும் நிச்சயம் டாக்டருக்குப் படிப்பா. நீயும் நல்லாப் படி... வீட்ல பேசறேன்" என்று சொல்கையில், அதுவரை புரியாத அல்ஜீப்ரா கணக்குகளுக்கு எல்லாம் புதிய புதிய விடைகள் தோன்றுவதை யாரால் தடுக்க முடியும்?

அண்ணியை அறிந்த கதை!

12-ம் வகுப்பு பொதுத் தேர்வுக்குப் பரக்கப் பரக்க புத்தகங்களைப் புரட்டிவிட்டு; அரை இட்லியும்; கால் டம்ளர் பாலுமாகச் சாப்பிட்டுவிட்டுக் கிளம்புகையில், தெரு முனைப் பிள்ளையார் கோயிலில் நமக்காக வேண்டி வந்து, நம் நெற்றியில் விபூதி வைத்து ஊதிவிடும் அண்ணிகளின் கரிசனத்துக்காகவாவது நாம் பாஸாகிவிட மாட்டோமா என்று ஓர் எண்ணம் நெஞ்சில் தோன்றும்.

ஆயினும் என் நண்பா, அண்ணிகளின் கரிசனத்தை ஆசிரியர்கள் அறிவதே இல்லை. விடை தெரியாத கேள்விகள் நம்மைக் கனவிலும் துரத்திக்கொண்டுதான் இருக்கின்றன.

காய்ச்சலில் விழுந்துகிடக்கையில், ஒவ்வொரு வேளையும் கண் விழித்து உனக்கான மாத்திரைகளைக் கொடுக்கும் அண்ணிகளின் முகத்தில் நீ உன் அம்மாவைப் பார்த்திருக்கிறாயா? பின்னாளில் மீண்டெழுந்து அந்தக் கைகளுக்குத் தங்கக் காப்பு செய்து போடு. இறைவன் நமக்காகப் படைத்த இன்னொரு தாயல்லவா அண்ணி!

அண்ணியைப் பிரிந்த கதை!

வாழ்க்கை என்னும் நதி, மரணம் என்னும் கடலில் கலக்கும் வரை, வெவ்வேறு திசைகளிலும், வெவ்வேறு மேடு பள்ளங்களிலும் ஓட வேண்டியிருக்கிறது.

நமக்கும் பிள்ளைகள் பிறந்து, நம் பிள்ளைகள் நம் அண்ணியைப் பெரியம்மா என்று அழைக்கையில், கூட்டுக் குடும்பம் சிதைந்து காலம் நம்மை வேறுவேறு கரைகளில் நிறுத்திவிடுகிறது.

இன்றைக்கும் மனைவி கை சாப்பாட்டு ருசியில்; அம்மா கை சாப்பாட்டு ருசியையும்; அண்ணி கை சாப்பாட்டு ருசியையும்;

விகடன் பிரசுரம்

நம்மை அறியாமல் நாம் ஒப்பிட்டுப் பார்ப்பதை மனைவியின் கைகள் அறிவதே இல்லை.

அண்ணியின் கதையைப் படித்த பூவும் தலையும் அழுதுகொண்டு இருந்தன. நாணயம் அவற்றைத் தேற்றிக்கொண்டு இருந்தது!

18

 **மைத்துனன்**

'ஒரு சிலர் மட்டுமே மழையை
உள்ளத்தில் இருந்து உணர்கிறார்கள்;
மற்றவர்கள் நனைய மட்டுமே செய்கிறார்கள்!'

— பாப் மார்லே

காட்சி-1

இடம்: திருமண மண்டபம்
DAY / EXT

கிராமத்துக்கும் நகரத்துக்கும் இடைப்பட்ட ஓர் ஊரின் திருமண மண்டபம்.

எங்கு இருந்தோ வெட்டி எடுத்து வரப்பட்ட வாழை மரங்கள், வாசலின் இருபுறமும் தோரணமாகக் கட்டப்பட்டு இருக்கின்றன. அந்த மரங்களில் எப்போது வேண்டுமானாலும் வெடித்துவிடலாம் என்ற நிலையில், ரத்த நிறத்தில் வாழைப் பூக்கள், அதிகாலைச் சூரியனின் மஞ்சள் வெளிச்சத்தில் தகதகத்துக்கொண்டு இருக்கின்றன.

விகடன் பிரசுரம்

கழுத்துக்குள் புதைந்துகிடக்கும் கல்வைத்த நெக்லஸை எடுத்து வெளியேவிட்டபடி வெவ்வேறு வயதுள்ள, பட்டுப் புடவை அணிந்த பெண்கள், தங்கள் கணவர்களின் இரு சக்கர வாகனங்களில் இருந்தோ, ஆட்டோக்களில் இருந்தோ இறங்கி, மண்டபத்துக்குள் கேட்கும் நாகஸ்வர, மேளச் சத்தங்களுக்குள் நுழைந்து காணாமல் போகிறார்கள்.

இப்போது மண்டபத்தில் இருந்து, பட்டு வேட்டி சட்டை அணிந்த மாப்பிள்ளையும் மணப்பெண்ணின் அண்ணனாகிய மைத்துனனும் புரோகிதர் துணையுடன் வாசலுக்கு வருகின்றனர். சுற்றிலும் உறவினர்கள் நின்றிருக்க... மாப்பிள்ளையைப் பார்த்து...

புரோகிதர்: ''காசிக்குப் போறேன்னு கோச்சுண்டு போங்கோ!''

கூச்சப்பட்டபடி...

மாப்பிள்ளை: "எங்க போவணும்?"

புரோகிதர்: "இதெல்லாம் ஒரு சடங்கு. சொந்த பந்தங்களை வெறுத்து நீங்க காசிக்குப் போறேள். உங்க மைத்துனர் வந்து தன் தங்கையைக் கல்யாணம் பண்ணிண்டு லெளகீக வாழ்க்கைல ஈடுபடச் சொல்லி சமாதானப்படுத்துவார். எங்கே சொல்லுங்கோ... 'காசிக்குப் போறேன்...' "

வெட்கப்பட்டபடி...

மாப்பிள்ளை: "காசிக்குப் போறேன்."

அருகில் இருந்த மைத்துனனை முன்னே அழைத்து...

புரோகிதர்: "இப்ப நீங்க சொல்லுங்கோ. 'போகாதீங்க மாப்பிள்ள. பணம் தர்றேன். பொன் தர்றேன். என் தங்கச்சியையும் கட்டி வெக்கிறேன். லெளகீகத்துல ஈடுபடுங்கோ."

மாப்பிள்ளையைவிட அதிகமாகக் கூச்சப்பட்டபடி...

மைத்துனன்: "தங்கச்சிய தர்றேன். லெளகீகத்துல ஈடுபடுங்க!" என்று திக்கித் திணறி சொல்லி முடிக்க, மாப்பிள்ளைக்கு மைத்துனன் பாத பூஜை செய்து, புதுச் செருப்பு அணிவித்து, குடை பிடித்தபடி மண்டபத்தின் உள்ளே அழைத்துச் செல்கிறார்.

கேமராவை நோக்கி முகம் காட்டி கூட்டத்தில் இருந்து பெரிதாக மீசை வைத்து வயது முதிர்ந்த ஒரு குரல் நகைச்சுவையாக...

குரல்: "இந்தப் பொண்ணக் கல்யாணம் பண்ணிக்கிறதுக்கு, இவன் காசிக்கே போலாம்."

காட்சி-2

இடம் - கடல்

DAY / EXT

கடலில் ஏழெட்டுப் படகுகள் அலையில் ஆடிக்கொண்டு இருக்கின்றன. ஒவ்வொரு படகில் இருந்தும் கட்டுமஸ்தான இளைஞர்கள் இடுப்பில் கட்டிய கயிறுடன் கடலுக்குள் முத்துக்குளிக்கக் குதிக்கின்றனர்.

கடைசியாக நிற்கும் படகில் இருந்து ஓர் இளைஞன் குதிக்கத் தயாராக, முத்துக் குளிக்கப்போகும் அந்த இளைஞனைப் பார்த்து...

விகடன் பிரசுரம்

படகில் இருக்கும் ஒரு முதியவர்: "ஏலே அந்தோணி, உன் மச்சான் எங்க?"

அப்போதுதான் மீசை முளைக்கத் துவங்கியிருக்கும் ஒரு பையன், முதியவரின் முன்பு வந்து நின்றபடி...

பையன்: "இங்கே இருக்கேன் தாத்தா."

அந்த இளைஞனிடம்...

முதியவர்: ''உங்க அக்கா புருஷனோட இடுப்புக் கயிற புடிச்சுக்கலே. ஏலே அந்தோணி, இப்ப நீ குதிக்கலாம்'' என்று சொல்ல...

அந்தோணி படகில் இருந்து கடலில் குதிக்கிறான்.

இப்போது கண்களில் கேள்விகளுடன் முதியவரைப் பார்த்து படகில் கயிற்றைப் பிடித்துக்கொண்டு இருக்கும்...

பையன்: ''ஏன் தாத்தா மச்சானுங்கதான் இடுப்புக் கயிற புடிக்கணும்னு சொல்றீங்க?''

அந்தப் பையனைப் பார்த்து...

முதியவர்: ''ஏலே... உங்க அக்கா புருஷன் உசுரோட அருமை மத்தவனைவிட உனக்குத்தான்லே அதிகம் தெரியும். காலகாலமா நம்ம தூத்துக்குடில இதுதான் வழக்கம்.''

கண்களில் ஆர்வத்துடன் முதியவரை நோக்கி...

பையன்: ''தூத்துக்குடில மட்டும் இல்ல தாத்தா. 'ஹென்றி சாரியர்' எழுதுன 'பட்டாம்பூச்சி'னு ஒரு புத்தகம் படிச்சேன். அதுல இதே மாதிரி ஒரு காட்சி வருது. கதாநாயகன் ஜெயில்ல இருந்து தப்பிச்சி, மேற்கிந்தியத் தீவுல முத்துக் குளிக்கிற மீனவக் கிராமத்துல ஒரு பொண்ணைக் கல்யாணம் பண்ணிக்கிட்டு வாழ்றான். அந்த மீனவர்கள் முத்துக் குளிக்கப் போறாங்க. அங்கேயும் நம்மள மாதிரி மச்சானுங்ககிட்டதான் இடுப்புக் கயிறைக் குடுக்குறாங்கன்னு எழுதி இருந்ததப் படிச்சேன். அதுக்கு இப்பதான் காரணம் புரியுது.''

அந்தப் பையனைப் பார்த்து...

முதியவர்: ''ஏலே... எல்லா ஊருலயும் காத்தும் வானமும் மனுஷ மனசும் ஒண்ணுதான்லே. நீ படிச்சுத் தெரிஞ்சிக்கிற... நாங்க பழகிப் புரிஞ்சிக்கறோம்'' என்று சொல்ல... அந்தப் பையன் கண் கலங்குகிறான்.

காட்சி - 3

இடம் - புறநகர்ப் பகுதியில் ஒரு வீடு

DAY / EXT-INT

சுற்றிலும் கைவிடப்பட்ட வயல்வெளிகளுக்கு நடுவே ஆங்காங்கே மஞ்சள் கற்கள் ஊன்றப்பட்டு இருக்க, ஏழெட்டு வீடுகள் தென்படுகின்றன.

ஒரு வீட்டின் முன்பு மினி லாரி ஒன்று நின்று கொண்டு இருக்க... கட்டில், பீரோ எனப் பாத்திர பண்டங்கள் அந்த லாரியில் ஏற்றப்படுகின்றன.

லாரிக்கு அருகில் நின்றுகொண்டு இருக்கும் இளைஞனைப் பார்த்து, 40 வயது தோற்றத்தில் இருக்கும்...

ஒருவர்: "என்ன மாப்ள? ஆறு மாசமா கம்பெனி ஸ்டிரைக்குனு சொல்லவே இல்ல? இப்பதான் தங்கச்சி சொல்லுச்சி. அப்பவே நம்ம வீட்டுக்கு வந்திருக்கலாம் இல்ல? வாடகை கம்மின்னு இப்படி ஊருக்கு வெளிய வயக்காட்டுல இருந்துக்கிட்டு கஷ்டப்படணுமா?"

குற்றவுணர்வுடன்...

இளைஞன்: "இல்ல மச்சான்... சமாளிச்சிக்கலாம்னு..."

முன்பு பேசிய 40 வயதுக்காரர்: "எதுக்குக் கூச்சப்படணும்? நாங்கள்லாம் இல்லையா?" என்று சொல்ல, அந்த இளைஞன் கண் கலங்கித் தன் மனைவி, மக்களை மினி லாரியில் ஏற்றுகிறான்.

வானத்தில் மிதக்கும் மேகத்தைப் பார்த்தபடி கிடத்தப்பட்டு இருக்கும் சோபாவில் ஐந்து வயதுப் பெண் குழந்தை ஏறி அமர, குலுங்கியபடி லாரி நகரத் தொடங்குகிறது.

காட்சி-4

இடம் - ஒரு பூங்கா

DAY / EXT

பூங்காவில் சிமென்ட் பெஞ்ச் ஒன்றில் முதல் மூன்று காட்சிகளில் இருந்த மைத்துனர்கள் அமர்ந்து இருக்கிறார்கள்.

முதல் காட்சி மைத்துனன்: "அன்னிக்குக் கல்யாண மண்டப வாசல்ல இருந்து என் தங்கச்சி மாப்பிள்ளையக் குடை பிடிச்சி உள்ள கூட்டிக்கிட்டுப் போனேன். இன்னிக்கு வரைக்கும் என் நிழல்லதான் இருக்கான். சீர் செனத்தின்னு எவ்ளோ செய்றது? இப்படி ஒரு உறவு தேவையா?"

இரண்டாவது காட்சி மைத்துனன்: "அப்படி இல்ல. உறவுங்கிறது ஒரு கயிறு மாதிரி. உண்மைல நாம அந்தக் கயிற பிடிக்கல. அந்தக் கயிறுதான் நம்மளப் பிடிச்சிக்கிட்டு இருக்கு."

மூன்றாவது காட்சி மைத்துனன்: "அது கயிறா இருந்தாலும் பாம்பா இருந்தாலும் புடிச்சித்தான் ஆகணும். ஏன்னா, அது நாம வளர்ந்த தொப்புள்கொடியோட மிச்சம்."

இந்த உரையாடலைக் கேட்டபடி பூங்காவின் மரத்தில் இருந்து உதிர்ந்த ஒரு சருகு, கொஞ்ச நேரம் கீழே கிடந்து மீண்டும் காற்றில் பறக்கத் தொடங்கியது!

19

மனைவி

'உன்னைக் கரம் பிடித்தேன்
வாழ்க்கை ஒளிமயமானதடி
பொன்னை மணந்ததனால்
சபையில் புகழும் வளர்ந்ததடி'

— கண்ணதாசன்

('உன் கண்ணில் நீர்வழிந்தால்...' பாடலில் இருந்து...)

என் செல்ல குட்டிமாவுக்கு, உன் பிரியத்துக்குரிய பூனைக்குட்டி எழுதுவது. என் வாழ்வில், இந்த 36-வது வயதில் நான் எழுதும் முதல் காதல் கடிதம் இது. அதுவும் மனைவிக்கு என்பதை நினைக்கையில், வேடிக்கையாக இருக்கிறது.

என்ன செய்வது? என் தலைக்கு மேல் மழை பெய்யும் மேகங்கள் கடந்து சென்றபோது எல்லாம், நான் குடை பிடித்தபடி கவிதை எழுதிக்கொண்டு இருந்தேன். ஏற்கெனவே ஒரு கவிதையில் நான் எழுதியுள்ளதைப் போல,

"காதல் கவிதை எழுதுகிறவர்கள்
கவிதை மட்டுமே எழுதிக்கொண்டு இருக்கிறார்கள்

அதைப் படிக்கும் பாக்கியசாலிகளே

காதலித்துக்கொண்டு இருக்கிறார்கள்!"

ஐந்து வருடங்களுக்கு முன்பு உன்னை முதன்முதலாகப் பெண் பார்க்க வந்தது இப்போதும் என் நெஞ்சில் நிழலாடுகிறது. உண்மையில், பெண் பார்க்கும் படலத்தில் யார் தான் முழுதாகப் பெண் பார்த்தார்கள்? அது வெறும் கண் பார்த்தல் மட்டுமே. உன் கண்களை வர்ணிக்க நான் பைபிளில் சாலமோனின் உன்னதப் பாட்டில் இருந்து வார்த்தைகளைக் களவாடுகிறேன். 'என் ரூபவதி! உன் கண்கள் புறாக் கண்கள்!'

உன் கண்களில் நான் உன் கண்களை மட்டுமா பார்த்தேன். அதில் என்னைப் பார்த்தேன். என் எதிர்காலத்தைப் பார்த்தேன். இலையுதிர் காலத்தையும் கோடை காலத்தையும் கடந்து வந்து தகிக்கும் என் பாதங்களுக்கான இளைப்பாறுதல் தரும் நிழலைப் பார்த்தேன். என் காயங்களின் நெருப்பை அணைக்கும் ஈரத்தைப் பார்த்தேன். எல்லாவற்றுக்கும் மேல் என் தாயைப் பார்த்தேன்.

நிச்சயதார்த்தத்துக்கும் திருமணத்துக்கும் இடைப்பட்ட இரண்டு மாத காலத் தொலைபேசி உரையாடலுக்காக, நாம் அதைக் கண்டுபிடித்த கிரஹாம் பெல்லுக்கும், செல்போன் உரையாடலுக்காக லீ கூப்பருக்கும் நன்றி சொல்ல வேண்டும். கன்னங்களில் வியர்வை வழிய காதுச் சூட்டோடு தங்கள் காதலிகளுடன் காலங்களை மறந்து தொலை பேசும் நண்பர்களை நான் பல தருணங்களில் கிண்டல் செய்திருக்கிறேன்.'அப்படி என்னதான் பேசுவீர்கள்?' என்று கேட்டு இருக்கிறேன். 'உனக்குப் புரியாது' என்று புன்னகைப்பார்கள். உண்மையில் புரியாததொரு மாய உலகம்தான் அது.

நாம் பேசினோம், பேசினோம், பேசிக்கொண்டே இருந்தோம்.

'முத்தம் கொடு' என்று நான் கேட்க; 'முடியாது' என்று நீ வெட்கப்பட; 'அச்சம் தவிர்' என்று நான் சொல்ல; 'ஆண்மை தவறேல்' என்று சிரித்தபடி நீ பதில் சொல்ல; அய்யோ! என் கண்ணம்மாஎன்னை விடச் சிறந்த கவிஞர் நீதானடி.

இன்று நம் உரையாடல்கள் "சாப்பிட வர மாட்டேன்... லேட்டாகும்."

"பையன் ஸ்கூல்ல இருந்து வந்துட்டானா?"

"மீட்டிங்ல இருக்கேன்... கூப்பிடுறேன்" என்று திருமணத்துக்குப் பிறகு சுருங்கிப்போனதில் ஏகப்பட்ட வருத்தம் உனக்கு.

“கல்யாணத்துக்கு முன்னாடி எவ்ளோ நேரம் பேசுவோம்? இப்போ உடனே போனை வெச்சி டுறீங்க” என்று ஆதங்கப்படுவாய். அடி போடி என் பைத்தியக்காரி. அலையின் வேகம் குறைந்தாலும், நதி எப்போதும் கரையுடன் உரையாடிக்கொண்டுதான் இருக்கும்.

என் செல்லம்மா! உன்னைப் போல அதிர்ஷ்டசாலி இந்த உலகத்தில் இல்லை. அதே நேரத்தில் உன்னைப்போல துரதிர்ஷ்டசாலியும் இந்த உலகத்தில் இல்லை. காலை 10 மணிக்குக் கிளம்பி மாலை 6 மணிக்குக் கூடு அடையும்பறவை நான் இல்லை. “அப்பா எப்பம்மா வீட்டுக்கு வருவாரு? தூக்கம் வருதும்மா!” என்று கேட்டு, கனவில் என்னைக் காணும் மகனுக்குத் தாலாட்டிக்கொண்டு இருக்கிறாய் நீ. நெருப்பைத் தொலைவில் இருந்து ரசிப்பது வேறு. நீ நெருப்புடன் வாழ்ந்துகொண்டு இருக்கிறாய். என் அனலின் வெம்மை உன்னைக் காயப்படுத்தி இருந்தால், என்னை மன்னித்துவிடு என் கண்மணி! உன் அன்பின் ஈரத்தில்தான் நான் உயிர் வாழ்கிறேன்.

என் ப்ரியம்வதி! என்னைப்போன்ற, எப்போதும் வேலை வேலை என்றிருக்கும் அரைக் கிறுக்கனுக்கு வாழ்க்கைப்பட்டது நீ விரும்பி ஏற்றுக்கொண்ட சிறை. அந்தச் சிறையையும் சோலையாக்கியது நீ எனக்குத் தந்த கொடை.

உன் உடலில் நானும்; என் உடலில் நீயும்; கண்டடைந்த தேடல் கண் எதிரே நம் உடலாய் நம் முன் நிற்கிறது. அப்பா என்றும், அம்மா என்றும் நம் பிள்ளை நம்மை அழைக்கையில், இல்லறத்தின் நதியில் நாம் இறங்கிக் குளித்ததற்கான தடயம் காலத்தின் முன் நிற்கிறது.

எனை ஆள வந்தவளே! தினம் தினம் நமக்குள் நடக்கும் சின்னச் சின்ன சண்டைகளின் ஊடல்களில் நீ வாடிவிடுகிறாய். ஊடல்களுக்குப் பிறகு நடக்கும் பெரிய பெரிய சமாதானங்களில் நீ மலர்ந்தும்விடுகிறாய். இந்த உலகத்தில் எல்லாப் பூக்களும் மலர்ந்த பின்தான் வாடும்! வாடிய பின் மலரும் ஒரே பூ நீதானடி! உன்னை மலரவைக்கவே வாடவைக்கிறேன் என்பது உனக்குத் தெரியாதா என்ன?

சென்ற வாரத்தில் ஒருநாள். நான் என் சிலுவைகளை எல்லாம் இறக்கி வைத்துவிட்டு, ஆழ்ந்து உறங்கிக்கொண்டு இருந்தேன். உறக்கத்தில் அரை மயக்கத்தில் கனவில் நிஜம் போல ஒரு விழிப்பு. நம் மகன் ஆதவன் என் வயிற்றில் காலைப் போட்டு உறங்கிக் கொண்டு இருந்தான். ஏதோ ஒரு சன்னமான குரல் நள்ளிரவில்

அணிலாடும் முன்றில்!

என்னை எழுப்பியிருக்கிறது. அந்தக் குரல் உன் குரல். உறங்கு வதைப்போல நடித்து உன் குரலை அவதானித்தேன். நான் உறங்கு வதாய் நினைத்து நீ பேசிக்கொண்டு இருக்கிறாய். "எங்க வீட்டுக்கு ரெண்டு பூனைக் குட்டி வந்திருக்கு. அய்யோ! எவ்ளோ அழகாத் தூங்குதுங்க."

என் ஜீவனை வாழ்விக்க வந்த என் ஜீவ லட்சுமியே! என் மாமருந்தே! உன் பெரிய பூனைக் குட்டி எழுதுகிறேன். அதற்குப் பிறகு, நீ தூங்கிய பிறகும் நான் தூங்கவே இல்லை. நம் கல்யாணப் பத்திரிகையாக நான் எழுதிய பாடலை மீண்டும் நினைவுகூர ஆசைப்படுகிறேன். நான் எழுதிய பாடல்களில் மிகச் சிறந்த பாடல் இதுதான். ஏனென்றால், இது உனக்காக எழுதியது.

விகடன் பிரசுரம்

பல்லவி
எனக்காகப் பிறந்தவளைக்
கண்டுபிடித்தேன்! - அவள்
கண்ணசைவில் ஒரு கோடி
கவிதை படித்தேன்!
என் பாதி எங்கே என்று
தேடி அலைந்தேன்! - அவளைப்
பார்த்தவுடன் அடடா நான்
முழுமை அடைந்தேன்!
இரு இதயம் ஒன்றாய்
இனி அவள்தான் என் தாய்!

சரணம்-1
வேப்பம் பூ உதிர்கின்ற என் வீட்டு முற்றம்
அவள் போடும் கோலத்தால் அழகாய் மாறும்!
விண்மீன்கள் வந்து போகும் மொட்டை மாடி
அவள் கொலுசின் ஓசையினால் மோட்சம் போகும்!
காற்று வந்து கதை பேசும் கொடிக் கயிற்றில்
அவள் புடவை அன்றாடம் கூட்டம் போடும்!
காத்திருப்பாள் ஒருத்தி என்ற நினைவு வந்து
கடிகார முள் மீது ஆட்டம் போடும்!

சரணம்-2
பாதரசம் உதிர்கின்ற கண்ணாடி மேல்
புதிதாகப் பொட்டு வந்து ஒட்டிக்கொள்ளும்!
பழைய ரசம் அவள் கையால் பரிமாறினால்
பழரசமாய் இனிக்குதென்று பொய்கள் சொல்லும்!
பூக்கடைக்குப் போகாத கால்கள் ரெண்டும்
புதுப் பழக்கம் பார் என்று திட்டிச் செல்லும்!
ஆண்களுக்கும் வெட்கம் வரும் தருணம் உண்டு
என்பதை ஓர் சிரிப்பு வந்து காட்டிச் செல்லும்!

20

மகன்

'மகனே! ஓ மகனே!
என் விந்திட்ட விதையே!
செடியே! மரமே! காடே!
மறுபிறப்பே!
மரண செளகர்யமே! வாழ்!'

– கமல்ஹாசன்

அன்புள்ள மகனுக்கு, அப்பா எழுதுவது. இது நான் உனக்கு எழுதும் முதல் கடிதம். இதைப் படித்துப் புரிந்துகொள்ளும் வயதில் நீ இல்லை. மொழியின் விரல் பிடித்து நடக்கப் பழகிக்கொண்டு இருக்கிறாய். உன் மொழியில் உனக்கு எழுத, நான் கடவுளின் மொழியை அல்லவா கற்க வேண்டும்.

வங்காளத் திரைப்பட இயக்குநர் சத்யஜித்ரே, சிறு வயதில் தன் ஒவ்வொரு பிறந்த நாளின்போதும், தாயுடன் சென்று மகாகவி தாகூரை, அவர் நடத்தி வந்த சாந்தி நிகேதனில் சந்தித்து ஆசி பெறுவார். ஒரு முறை அப்படி வாழ்த்து பெற சந்திக்கையில், தாகூர் அவரிடம் ஒரு கவிதையை எழுதிக்கொடுத்தார். அந்தக் கவிதை...

விகடன் பிரசுரம்

'நான் உலகத்தின் பல நாடுகளுக்குச்
சென்று வந்திருக்கிறேன்
இந்த உலகில் உள்ள
மாபெரும் நதிகள், பறவைகள், அருவிகள்
எல்லாவற்றிலும்
என் பாதம் பட்டிருக்கிறது.
ஆனால் என் மகனே!
என் வீட்டுத் தோட்டத்திலுள்ள
புல்லின் நுனியில் உறங்கும்
பனித் துளியை மட்டும்
பார்க்கத் தவறிவிட்டேன்.'

அணிலாடும் முன்றில்!

விகடன் பிரசுரம்

கவிதையைக் கொடுத்துவிட்டு சத்யஜித்ரே விடம் தாகூர் சொன்னார், "இந்தக் கவிதை என்ன சொல்ல வருகிறது என்பது இப்போது இந்தச் சிறு வயதில் உனக்குப் புரியாது. வளர்ந்த பின் எடுத்துப் படித்துப் பார். புரிந்தாலும் புரியலாம்."

வருடங்களுக்குப் பிறகு அந்தக் கவிதையை மீண்டும் படித்த சத்யஜித்ரே, அதன் அகதரிசனத்தை உணர்ந்து 'பதேர் பாஞ்சாலி' படம் எடுத்தார்.

என் அன்பு மகனே! உனக்கும் இதையேதான் சொல்கிறேன். பின் நாட்களில் இந்தக் கடிதத்தை மீண்டும் எடுத்துப் படித்துப்பார். உன் தகப்பன் உனக்குச் சேர்த்த ஆகப் பெரிய சொத்து இதுதான் என உணர்வாய்.

என் பிரியத்துக்குரிய பூக்குட்டியே! உன் மெத்தென்ற பூம்பாதம் என் மார்பில் உதைக்க... மருத்துவமனையில் நீ பிறந்ததும் உனை அள்ளி என் கையில் கொடுத்தார்கள். என் உதிரம் உருவமானதை, அந்த உருவம் என் உள்ளங்கையில் கிடப்பதை; குறுகுறு கை நீட்டி என் சட்டையைப் பிடித்து இழுப்பதை; கண்ணீர் மல்கப் பார்த்துக் கொண்டு இருந்தேன்.

உலகிலேயே மிகப் பெரிய இன்பம் எது? தாய் மடியா? காதலியின் முத்தமா? மனைவியின் நெருக்கமா? கொட்டிக்கிடக்கும் செல்வமா? எதுவுமே இல்லை. 'தம் மக்கள் மெய்த் தீண்டல் உயிருக்கு

அணிலாடும் முன்றில்!

இன்பம்' என்கிறார் வள்ளுவர். நீ என் மெய் தீண்டினாய், மெய்யாகவே மெய்யாகவே நான் தூள் தூளாக உடைந்துபோனேன். உன் பொக்கை வாய் புன்னகையில் நீ என்னை அள்ளி அள்ளி எடுத்து மீண்டும் மீண்டும் ஒட்டவைத்துக்கொண்டு இருந்தாய்.

நீ அழுதாய்; சிரித்தாய்; சிணுங்கினாய்; குப்புறக் கவிழ்ந்து, தலை நிமிர்ந்து, அந்த சாகசத்தைக் கொண்டாடினாய், தரை எல்லாம் உனதாக்கித் தவழ்ந்தாய். தகப்பன் கை விரல் பிடித்து எழுந்தாய். நீயாகவே விழுந்தாய். தத்தித் தத்தி நடந்தாய். தாழ்வாரம் எங்கும் ஓடினாய். மழலை பேசி, மொழியை ஆசீர்வதித்தாய்.

என் பொம்முக்குட்டியே! இந்த எல்லாத் தருணங்களிலும் நீ நம் வீட்டுக்கு இறைவனை அழைத்து வந்தாய்.

என் செல்லமே! இந்த உலகமும் இப்படித்தான். அழ வேண்டும். சிரிக்க வேண்டும். சிணுங்க வேண்டும். குப்புறக் கவிழ்ந்து, பின் தலை நிமிர்ந்து, அந்த சாகசத்தைக் கொண்டாட வேண்டும். தரை எல்லாம் தனதாக்கித் தவழ வேண்டும். எழ வேண்டும். விழ வேண்டும். தத்தித் தத்தி நடக்க வேண்டும். வாழ்க்கை முழுக்க இந்த நாடகத்தைத்தான் நீ வெவ்வேறு வடிவங்களில் நடிக்க வேண்டும்.

என் சின்னஞ்சிறு தளிரே! கல்வியில் தேர்ச்சிகொள். அதே நேரம், அனுபவங்களிடம் இருந்து அதிகம் கற்றுக்கொள். தீயைப் படித்து தெரிந்துகொள்வதைவிட, தீண்டிக் காயம் பெறு. அந்த அனுபவம் எப்போதும் சுட்டுக்கொண்டே இருக்கும். இறக்கும் வரை இங்கு வாழ, சூத்திரம் இதுதான், கற்றுப் பார். உடலைவிட்டு வெளியேறி, உன்னை நீயே உற்றுப் பார்.

எங்கும், எதிலும், எப்போதும் அன்பாய் இரு. அன்பைவிட உயர்ந்தது இந்த உலகத்தில் வேறு எதுவுமே இல்லை. உன் பேரன்பால் இந்தப் பிரபஞ்சத்தை நனைத்துக்கொண்டே இரு.

உன் தாத்தா, ஆகாய விமானத்தை அண்ணாந்து பார்த்தார். அவரது 57-வது வயதில்தான் அதில் அமர்ந்து பார்த்தார். உன் தகப்பனுக்கு 27-வது வயதில் விமானத்தின் கதவுகள் திறந்தன. ஆறு மாதக் குழந்தைப் பருவத்திலேயே நீ ஆகாயத்தில் மிதந்தாய். நாளை உன் மகன் ராக்கெட்டில் பிறக்கலாம்.

இந்த மாற்றம் ஒரு தலைமுறையில் வந்தது அல்ல. இதற்குப் பின்னால் நெடியதொரு உழைப்பு இருக்கிறது. என் முப்பாட்டன் காடு திருத்தினான். என் பாட்டன் கழனி அமைத்தான். என் தகப்பன் விதை விதைத்தான். உன் தகப்பன் நீர் ஊற்றினான். நீ அறுவடை செய்துகொண்டு இருக்கிறாய். என் தங்கமே! உன்

பிள்ளைக்கான விதையையும் உன் உள்ளங்கையில் வைத்திரு. உழைக்கத் தயங்காதே. உழைக்கும் வரை உயர்ந்துகொண்டு இருப்பாய்.

இதை எழுதிக்கொண்டு இருக்கையில் என் பால்ய காலம் நினைவுக்கு வருகிறது. கிராமத்தில் கூரை வீட்டிலும், பின்பு ஓட்டு வீட்டிலும் வளர்ந்தவன் நான். கோடைக் காலங்களில் வெப்பம் தாங்காமல் ஓட்டுக் கூரையில் இருந்து கொடிய தேள்கள் கீழே விழுந்துகொண்டே இருக்கும். அதற்குப் பயந்து என் தகப்பன் என் அருகேஅமர்ந்து இரவு முழுவதும் பனை ஓலை விசிறியால் விசிறிக்கொண்டே இருப்பார். இன்று அந்த விசிறியும் இல்லை. கைகளும் இல்லை. மாநகரத்தில் வாழும் நீ, வாழ்க்கை முழுக்க கோடைக் காலங்களையும் வெவ்வேறு வடிவங்களில் கொடிய தேள்களையும் சந்திக்க வேண்டி இருக்கும். எத்தனை காலம்தான் உன் தகப்பன் உன் அருகில் அமர்ந்து விசிறிக்கொண்டு இருப்பான்? உனக்கான காற்றை நீயே உருவாக்கப் பழகு.

வயதின் பேராற்றங்கரை உன்னையும் வாலிபத்தில் நிறுத்தும். சிறகு முளைத்த தேவதைகள் உன் கனவுகளை ஆசீர்வதிப்பார்கள். பெண் உடல் புதிராகும். உன் உடல் உனக்கே எதிராகும். என் தகப்பன் என்னிடம் இருந்து ஒளித்துவைத்த, ரகசியங்கள் அடங்கிய பெட்டியின் சாவியை நான் தேட முற்பட்டதைப்போல், நீயும் தேடத் தொடங்குவாய். பத்திரமாகவும் பக்குவமாகவும் இருக்க வேண்டிய பருவம் அது. உனக்குத் தெரியாதது இல்லை. பார்த்து நடந்துகொள்.

நிறையப் பயணப்படு. பயணங்களின் ஜன்னல்களே முதுகுக்குப் பின்னாலும் இரண்டு கண்களைத் திறந்துவைக்கின்றன. புத்தகங்களை நேசி. ஒரு புத்தகத்தைத் தொடுகிறபோது நீ ஓர் அனுபவத்தைத் தொடுவாய். உன் பாட்டனும் தகப்பனும் புத்தகங்களின் காட்டில் தொலைந்தவர்கள். உன் உதிரத்திலும் அந்தக் காகித நதி ஓடிக்கொண்டே இருக்கட்டும்.

கிடைத்த வேலையைவிட, பிடித்த வேலையைச் செய். இனிய இல்லறம் தொடங்கு. யாராவது கேட்டால், இல்லை எனினும் கடன் வாங்கியாவது உதவி செய். அதில் கிடைக்கும் ஆனந்தம் அலாதியானது.

உறவுகளிடம் நெருங்கியும் இரு, விலகியும் இரு. இந்த மண்ணில் எல்லா உறவுகளையும்விட மேன்மையானது நட்பு மட்டுமே. நல்ல நண்பர்களைச் சேர்த்துக்கொள். உன் வாழ்க்கை நேராகும்.

இவை எல்லாம் என் தகப்பன் எனக்குச் சொல்லாமல் சொன்னவை. நான் உனக்கு சொல்ல நினைத்துச் சொல்பவை.

அணிலாடும் முன்றில்!

என் சந்தோஷமே! நீ பிறந்த பிறகுதான் என் தகப்பனின் அன்பையும் அருமையையும் நான் அடிக்கடி உணர்கிறேன். நாளை உனக்கொரு மகன் பிறக்கையில், என் அன்பையும் அருமையையும் நீ உணர்வாய்.

நாளைக்கும் நாளை நீ உன் பேரன், பேத்திகளுடன் ஏதோ ஒரு ஊரில் கொஞ்சிப் பேசி விளையாடிக்கொண்டு இருக்கையில் என் ஞாபகம் வந்தால், இந்தக் கடிதத்தை மீண்டும் எடுத்துப் படித்துப்பார். உன் கண்களில் இருந்து உதிரும் கண்ணீர்த் துளியில் வாழ்ந்து கொண்டு இருப்பேன் நான்.

இப்படிக்கு,
உன் அன்பு அப்பா.